நீல மிடறு

நீல மிடறு

லாவண்யா சுந்தரராஜன் (பி. 1971)

திருச்சி மாவட்டம் முசிறியில் பிறந்தார். பெங்களூரில் வசிக்கிறார். மென்பொருள் நிறுவனமொன்றில் தலைமைப் பொறியாளராகப் பணிபுரிகிறார்.

இவருடைய கவிதைத் தொகுப்புகள்: 'நீர்க்கோல வாழ்வை நச்சி' (2010), 'இரவைப் பருகும் பறவை' (2011), 'அறிதலின் தீ' (2015), 'மண்டோவின் காதலி' (2021). சிறுகதைத் தொகுப்புகள்: 'புறாக்களை எனக்குப் பிடிப்பதில்லை' (2019), முரட்டுப் பச்சை (2022) முதல் நாவல்: 'காயாம்பூ' (2021).

மின்னஞ்சல் : lavanya.sundararajan@gmail.com

இணையதளம் : uyirodai.blogspot.com

லாவண்யா சுந்தரராஜன்

நீல மிடறு

காலச்சுவடு பதிப்பகம்

அன்பார்ந்த வாசகருக்கு,

வணக்கம்.

காலச்சுவடு நூலை வாங்கியமைக்கு நன்றி.

நூலின் உள்ளடக்கம், உருவாக்கம், அட்டைப்படம் இன்ன பிற அம்சங்கள் பற்றிய உங்கள் கருத்துகளையும் ஆலோசனைகளையும் காலச்சுவடு வரவேற்கிறது. தகவல், எழுத்து, வாக்கியப் பிழைகள் தென்பட்டால் கட்டாயம் தெரிவித்து உதவுங்கள். நூல் தயாரிப்பில் கடும் குறைபாடு இருப்பின் மாற்றுப் பிரதி உங்களுக்குக் கிடைக்கக் காலச்சுவடு ஏற்பாடு செய்யும்.

மின்னஞ்சல்: publisher@kalachuvadu.com

காலச்சுவடு நாகர்கோவில் அலுவலகத்திற்குக் கடிதம் அனுப்பலாம்.

தங்கள்
எஸ்.ஆர். சுந்தரம் (கண்ணன்)
பதிப்பாளர் — நிர்வாக இயக்குநர்

நீல மிடறு ♦ சிறுகதைகள் ♦ ஆசிரியர்: லாவண்யா சுந்தரராஜன் ♦ © லாவண்யா சுந்தரராஜன் ♦ முதல் பதிப்பு: டிசம்பர் 2023 ♦ வெளியீடு: காலச்சுவடு பப்ளிகேஷன்ஸ் (பி) லிட்., 669, கே.பி. சாலை, நாகர்கோவில் 629001

காலச்சுவடு பதிப்பக வெளியீடு: 1263

niila miTaRu ♦ Short Stories ♦ Author: Lavanya Sundararajan ♦ © Lavanya Sundararajan ♦ Language: Tamil ♦ First Edition: December 2023 ♦ Size: Demy 1 x 8 ♦ Paper: 18.6 kg maplitho ♦ Pages: 144

Published by Kalachuvadu Publications Pvt. Ltd., 669 K.P. Road, Nagercoil 629001, India ♦ Phone: 91-4652-278525 ♦ e-mail: publications@kalachuvadu.com ♦ Printed at Clicto Print, Jaleel Towers, 42 KB Dasan Road, Teynampet Chennai 600018

ISBN: 978-81-19034-96-3

12/2023/S.No. 1263, kcp 5004, 18.6 (1) rss

என்னை எழுதவைக்கும் எல்லோருக்கும்

பொருளடக்கம்

ஊமை வெயில்	11
அலை படகு	24
முகை	39
மருவூ	51
கானல்	61
உடையாத நீர்	71
நீல மிடறு	86
சுயம்பாகி	104
மண் அகல்	120
சிவப்பு	136

1

ஊமை வெயில்

காலைப் பரபரப்பில் பம்பரமாய்ச் சுழன்று கொண்டிருந்தாள் அர்ச்சனா. சமையலை முடித்து, வீட்டைச் சுத்தம் செய்துவிட்டு அவளும் அலுவலகம் கிளம்ப வேண்டும். எதையோ கழுவ வேகமாய் வந்தவளுக்குத் தயங்கித் தயங்கி வந்து கொண்டிருந்த மணிமாறன் மாமாவைப் பார்க்க எரிச்சலாக இருந்தது. 'அதுக்குள்ள வயித்துல மணி அடிச்சிருச்சோ?' நினைத்தபடியே கோபமாய் முறைத்தாள். அவளது மன ஓட்டத்தை அறிந்தது போல அவரும் தயங்கிநின்றார். வாசலில் விசில் சத்தம் கேட்டதும் அவளது மனம் துணுக்குற்றது. அவரைப் பார்ப்பதைத் தவிர்த்தாள். மணிமாறன் ஒன்றும்பேசாமல் காய்கறிக் குப்பைகளைப் போட்டு வைத்திருந்த நெகிழிப்பையை எடுத்துக்கொண்டு "ம்மா ..." என்று முணுமுணுத்தபடியே அங்கிருந்து நகர்ந்தார். "கெடக்கிறதெல்லாம் கிடக்கட்டும், கெளவிய தூக்கி சிங்காரம் பண்ணுன்னு சொல்றாப்பல, இந்த குப்பய எடுத்துப் போடத்தான் ஆள் இல்லையா?" என்று அவள் முணுமுணுத்தது காதில் விழாததுபோல "விட்டா நாளைவரை கப்படிக்குமே" என்று சொல்லிக்கொண்டே ஒரு காலைச் சாய்த்துக்கொண்டு மெல்லச் சுவரைப் பிடித்து நடந்தார். "ஆமா, நாக்கும் மூக்கும் எப்படித் தான் இவ்வளவு கூர்மையாச்சோ" என்ற அவளது சிடுசிடுத்த வார்த்தைகளை அவர் காதில் வாங்கிக் கொள்ளவில்லை. மெல்ல நடந்து வெளியே செல்லும் போதே எதிர்வீட்டிலிருந்தவர் அவர் வருவதைப் பார்த்துக் குப்பை வண்டியை நிறுத்தினார்.

குப்பையைச் சேகரிப்பவள் 'நமஸ்காரா' சொல்லி மணிமாறன் கையிலிருந்த நெகிழிப்பையை வாங்கிக்கொண்டு சிரித்தாள்.

மங்களூர் கொட்டாராவில் இருக்கும் இன்போஸிஸ் நிறுவனத்தில் அர்ச்சனாவுக்கு வேலை கிடைத்த உடனேயே அதன் அருகே வீடு தேடினாள். இன்போஸிஸ் நிறுவனத்துக்கு எதிர்ப்புறம் கல்பாவி சாலையில் இரண்டாம் வலப்புறச் சந்தில் நுழையும்போது இவ்வளவு பெரிய குடியிருப்பு இருப்பது தெரியாது. அந்தக் குறுகிய சந்தில் நுழைந்து சாலையோடு இரண்டுமுறை மடங்கினால் பாலாஜி காம்பவுண்ட் வரும். சிறிய லே அவுட்போல நான்கைந்து வீடுகள் மட்டுமே இருக்கும். அர்ச்சனாவுக்கு அந்த காம்பவுண்டின் கடைசி வீட்டைப் பார்த்த உடனேயே பிடித்துவிட்டது. மேற்குப் பார்த்த வீடு. பூரணக் கும்பம் நடுவிலும் அதன் இருபுறமும் எரியும் கேரள குத்துவிளக்குப் போன்ற வேலைப்பாடு கொண்ட கனமான தேக்குக் கதவைப் பார்த்ததுமே இந்த வீட்டில்தான் இனி குடியிருக்க வேண்டுமென்று தோன்றிவிட்டது அவளுக்கு. கதவைத் திறந்ததும் கண்ணுக்கு எதிர்ப்படும் இடத்தில் பூஜையறை இருந்தது. மற்றபடி இருபது பேர் அமருமளவுக்கு விசாலமான வரவேற்பறையும், நான்குபேர் தாராளமாய் நின்று வேலைசெய்யத் தோதான நவீன சமையலறையும், மூன்று படுக்கையறையும் கொண்ட அந்த வீடு போதுமானதாக இருந்தது. இந்த வீட்டுக்கு வந்தபின்னர் பிறந்தவன்தான் அஸ்வத். அவனை அதே காம்பவுண்டுக்குள் இருந்த 'பியூச்சர் அகாடமி டே கேரி'ல் விட்டுவிட்டு அவள் வேலைக்குப் போவது வழக்கம். ஜெயச்சந்திரனுக்கு மங்களூர் ரிபைனரியில் வேலை. அவசரகதியானாலும் சீராகப் போய்க் கொண்டிருந்த வாழ்க்கையின் இசையில் அபசுரம்போல வந்து சேர்ந்தார் மணிமாறன் மாமா.

மணிமாறன் மாமா தமிழ்நாட்டில் தாத்தையங்கார் பேட்டை என்ற நகரமும் அல்லாத கிராமும் அல்லாத சிறிய ஊரில் அரசினர் மேல்நிலைப் பள்ளியில் தலைமையாசிரியராகப் பணியாற்றி ஓய்வுபெற்றவர். அர்ச்சனாவின் ஒன்றுவிட்ட தாய்மாமா. சிறு வயதில் அவளை வளர்த்தவர். குழந்தைப்பேறில்லை என்ற வருத்தத்துடனே அவர் மனைவி தைலா இறந்துபோனபோது அர்ச்சனாவால் சாவுக்கும் காரியத்துக்கும் போக முடியாத சூழல். முப்பதாம் நாள் துக்கம் விசாரிக்கப் போன இடத்தில் அவரது நிலையைப் பார்த்து "என்னோட மங்களூரில் வந்து இருங்க மணிமாமா" என்று அவள் கூப்பிட்டதும் "முதலில் என்னத்துக்கும்மா உனக்கு சிரமம்" என்றார். பிறகு ஜெயச்சந்திரனும் "அதெல்லாம் ஒன்னும் சிரமமில்ல வாங்க" என்று சொல்லவும் கிளம்பி வந்துவிட்டார். அவரால் எந்தத் தொந்தரவும் கிடையாது. தன்னுடைய வேலைகளையும் தானே

பார்த்துக்கொள்வார். அவரது அறையை அவரே சுத்தம் செய்து விடுவார். தோட்டத்தைப் பார்த்துக்கொள்வார். இங்கு வந்த புதிதில் மெசினில் துவைத்திருந்த துணிகளை எடுத்துக் காய வைக்க அவள் மறந்துபோன ஒருநாளில் துணிகளை எடுத்துக் காயவைத்தார். ஆனால், அர்ச்சனா அந்தத் துணிகளை மீண்டும் துவைக்கப் போட்டிருந்ததைப் பார்த்த பின்பு அவர் தன்னுடைய வேலையை மட்டுமே செய்துவந்தார். வேறெந்த வீட்டு வேலையும் செய்வதில்லை. காலையில் அவள் எழுந்துவரும் முன்னரே பால் பாக்கெட் எடுத்துவந்து குளிர்சாதனப்பெட்டியில் வைத்து விடுவார். அதன் பின்னர் தனது அறைக்குள் நுழைந்தால் அர்ச்சனாவும் ஜெயச்சந்திரனும் அலுவலகம் கிளம்பும்வரை அவர் அறையை விட்டு அநாவசியமாக வெளியே வருவதில்லை. குப்பைவண்டி வரும் நேரம் மட்டும் வந்து குப்பையை எடுத்துக் கொண்டுபோய்க் கொடுப்பார்.

சமையல் வேலைகளை முடித்த அர்ச்சனா இட்லியை எடுத்து ஹாட்பாக்ஸில் போட்டுக்கொண்டிருந்தாள். மதிய உணவைக் கட்டிவைத்துவிட்டு அஸ்வத்துக்குச் சாப்பாடு ஊட்ட வந்த ஜெயசந்திரன், “மணி தாத்தாவ சாப்பிட கூட்டிட்டு வா” என்றதும் அவன் துள்ளிக்குதித்து ஓடிப்போய் மணிமாறனின் கையைப் பிடித்து அழைத்து வந்தான். “இட்லி சாப்பிடறீங்களா ?” என்று கேட்டதும் அவரது கண்கள் ஒளிர்ந்தன. “என்னை இட்லியப்பன்னு சொல்லுவாங்க. இட்லி இருந்தா போதும், வேற எதுவுமே வேணாம்.” சமையலறையில் ‘டொக்’ என்று இட்லித் தட்டை வேகமாக வைக்கும் சத்தம் கேட்டது. “என்ன ஆச்சு” என்று குரல் கொடுத்தான் ஜெயச்சந்திரன். “ஆவி அடிச்சிடுச்சி” என்று பதில் சொன்னாள் அர்ச்சனா. “கொஞ்சம் நல்லெண்ணெய் எடுத்து தடவும்மா” என்றார் மணிமாறன். கையில் எண்ணெயைத் தடவிக்கொண்டே கிண்ணத்திலிருந்த பழைய சாதத்தை எடுத்துக்கொண்டு வந்தாள் அர்ச்சனா.

“மாமாவுக்கு பழைய சாதம்தான் பிடிக்கும்ன்னு சொல்லுவார்.”

“அவர் சூடா இட்லி சாப்பிடட்டும். நான் பழையது சாப்பிட்டுக்கிறேன்” என்றான் ஜெயச்சந்திரன்.

“ஏதோ ஒன்னு. காலையில் சாப்பிட்டு மாத்திர போட்டுக்க னும், இல்லைன்னா இந்த நேரத்துக்கு சாப்பிடனும்ன்னு கூட இல்ல” என்றார் அவர்.

“மழை பேஞ்சிட்டே இருக்கு. நீங்க சூடா இட்லியே சாப்பிடுங்க.”

அதே நேரத்தில் மணிமாறனின் தொலைபேசியில் யாரோ அழைக்க அதை எடுத்து "மேகலா சொல்லும்மா" என்று பேசத் தொடங்கினார். வேண்டாவெறுப்பாகக் கிண்ணியை மறுபடி எடுத்துக்கொண்டுபோய் சமையலறையில் வைத்துவிட்டுக் கடிகாரத்தைப் பார்த்த அர்ச்சனா சமையலறையை ஒழுங்கு செய்யும் வேலையைத் துரிதமாகச் செய்யத் தொடங்கினாள். அதற்குள் அஸ்வத்தை அவனது பள்ளியில் விட்டுவிட்டு வந்த ஜெயச்சந்திரன் அர்ச்சனாவுக்குக் காலை, மதிய உணவைக் கட்டி எடுத்துவைத்துக்கொண்டிருந்தான். அர்ச்சனா வேகமாய்க் குளிக்கக் கிளம்பினாள். ஜெயச்சந்திரனும் காலையுணவு சாப்பிட அமர்ந்தான். மணிமாறனும் பேசிமுடித்துவிட்டுச் சாப்பிட அமர்ந்தார். சூடான இட்லியை எடுத்து அவருக்குப் பரிமாறி னான். அர்ச்சனா குளியலறைக்குச் சென்றுவிட்டாள் என்று தெரிந்ததும் மணிமாறன் பாத்திரத்திலிருந்த சாதத்தை எடுத்துப் பார்த்தார்.

"சாப்பாடு போதுமா. இல்லன்னா கொஞ்சம் குக்கர்ல வைச்சிடவா?"

"அய்யோ ஏதேஸ்டம். எதுக்கும் அந்தப் பழையதும் இருக்கட்டும். காலைல இட்லின்னு தெரிஞ்சிருந்தா கொஞ்சம் கம்மியா கூட ரைஸ் எடுத்திருக்கலாம்." கடைசியாகச் சொன்ன வாக்கியம் ஏற்கெனவே மிக மெதுவாக ஒலிக்கும் அவரது குரலில் இன்னும் மிகக்குறைவான ஒலியோடு கேட்டது. அடிக்கடி அர்ச்சனாவின் படுக்கையறையைப் பார்த்துக்கொண்டே வேகமாய்ச் சாப்பிட்டு முடித்தார். படுக்கையறையோடு இணைந்திருந்த குளியலறைக் கதவு திறக்கும் ஓசை கேட்டதும் தனது அறைக்குச் செல்ல மேசையிலிருந்து மெதுவாக எழுந்தார். அவசரமாய் உடையணிந்துகொண்டே, "நேத்திக்கு முத நாளு நான் அரிசி எடுத்துக்கிட்டு போறப்ப நீங்கதானே ரெண்டுநேரம் ரைஸ் சாப்பிடனும்ன்னு சொன்னீங்க. அதான் நேத்திலிருந்து சாப்பாடு அதிகம் வைக்கிறேன்" என்று சொல்லிக்கொண்டே ஆளுயரக் கண்ணாடியின் முன்னால் நின்று முதுகுப்பக்கம் திரும்பி குர்தியை நீவி இழுத்துவிட்டாள். "ஹும் ஹும்" என்ற ஓசையோடு மெல்ல நாற்காலியை நகர்த்திவிட்டுத் தனது அறையை நோக்கி நகர்ந்தார் மணிமாறன். அர்ச்சனா குனிந்து முன்புறம் சிறிது மடங்கியிருந்த ஆடையின் முனையைச் சரி செய்தாள். முகத்துக்கு மெல்லிய ஒப்பனை செய்தவள் கண்களில் மையைத் தடவிக்கொண்டே, "அன்னிக்கி ஹவுஸ்ஓனர் ஆண்ட்டி வீட்டுக்குப் போனபோது சாப்பிடுங்கன்னு ஒருவார்த்தை கேட்டதுமே 'எனக்கு கொஞ்சூண்டு சாப்பாடு போதும்'ன்னு சொல்லிட்டு அவங்க வீட்டு டைனிங் டேபிள்ல உட்காந்துட்டீங்க.

என்னவோ இங்க உங்களுக்கு சாப்பாடே கொடுக்காத மாதிரி. அவங்க வீட்ல அந்த நேரத்துல நாலு பேருக்கு சாப்பாடு இருக்குமான்னு யோசிக்க வேண்டாமா?”

“அர்ச்சு, காலைலயே ஆரம்பிச்சிட்டியா, எனக்கு லேட் ஆவுது நீ இப்ப வர்றியா இல்லே, நீயா நடந்து போய்க்கிறியா?”

“வரேன் வரேன்... பன்சிங்க்கு டைம் ஆயிடுத்து, நடந்து போனா அஞ்சு நிமிசம் லேட்ன்னு மெயில் வரும்.” அர்ச்சனா வெளியில் வந்து அவன் கலந்து வைத்திருந்த காபியை வேகமாய்க் குடித்தாள். சாப்பாட்டுப் பையை எடுத்துக்கொண்டு கிளம்பியபோது தனது அறையின் ஜன்னலை “பின்னாடி வீட்டு விறகடுப்புல இருந்து எப்போ பாரு புகையா வருது” என்றபடி சாத்தினார் மணிமாறன்.

“ஒவ்வொரு வாட்டியும் நெட் டோரை எடுத்துவிட்டுட்டு இருக்காதீங்க. திரும்ப சரியா பிட் பண்ணலேன்னா கை கால்ல எங்கயாச்சும் விழுந்துறப் போகுது. பார்த்து பத்திரம்” என்றான் ஜெயச்சந்திரன்.

“விழுந்து உடைஞ்சா அது வேற தண்டச் செலவு” என்றவளை முறைத்தான்.

“மழை பேஞ்சிட்டேதான் இருக்கு. அதனால செடிக்கெல்லாம் தண்ணி விட வேணாம். மதியம் நல்ல வெயில் அடிச்சா சாயுங்காலம் கொத்தமல்லி தெளிச்ச இடம்மட்டும் விட்டுட்டு மத்ததுக்கு தண்ணி ஊத்துங்க” என்று சொல்லியபடி இருசக்கர வாகனத்தின் பின்னால் ஏறிக்கொண்டாள். எதிர்வீட்டிலிருந்த செடியில் அரளி போன்ற ஒரு மலர் இளஞ்சிவப்பு நிறத்தில் செடியோடு அசைந்து அவளுக்கு விடையளித்தது. வீட்டிலிருந்து முதல் முடக்கில் திரும்பியதுமே “ஏன் அர்ச்சனா மணி அங்கிள் கிட்ட எப்போ பாரு சிடுசிடுன்னு பேசற?” அர்ச்சனா பதில் எதுவும் பேசவில்லை. “சில சமயம் நீ ரொம்ப பேசறே. அவரைப் பார்த்தா பாவமா இருக்கு.” அந்தத் தெரு முடக்கில் நெகிழிப் பையில் கட்டி வைக்கப்பட்டிருந்த குப்பையைத் தெருநாய் இழுத்துப்போட்டுக் குதறிக்கொண்டிருந்தது. “அவர் இல்லாதப்ப நம்ம வீட்டு முன்னாலயும் குப்பை இப்பிடித்தான் குதறிக் கிடக்கும்” என்றவனிடம் “ஆமா குப்பைய எடுத்துப் போடறாரு, பால் பாக்கெட்டை பூனை வாய் வெக்காம கொண்டு வந்து வச்சிடராரு, கேஸ் வாங்கி வைக்கறாரு வீட்ட பூட்டக்கூடத் தேவையில்லன்னு ஏதாச்சும் சொல்லி சப்பக்கட்டு கட்டாதீங்க” என்றாள் அர்ச்சனா. “அஸ்வத்துக்கும் அவரை ரொம்ப பிடிக்குது. உனக்கும் அவரைப் பிடிக்குமே. ஆனா இப்பெல்லாம் ஏன் இப்படி” அவன் வாக்கியத்தை முடிப்பதற்குள் கல்பாவி சாலையின்

முகப்புக்கு வந்திருந்தார்கள். 'இவர் நான் பேசறதுலதான் குற கண்டுபிடிப்பாரு' என்று நினைத்தபடி சாலையைக் கடப்பதற்காக வண்டியை நிறுத்தியபோதே இறங்கினாள் அர்ச்சனா. "இப்படி எறங்காதன்னு எத்தன வாட்டி சொல்றது, பார்த்து ஜாக்கிரதையா க்ராஸ் பண்ணு" என்று அவன் சொன்னதைக் காதில் வாங்காமல் ஓடினாள் அர்ச்சனா. அலுவலகம் வீட்டிலிருந்து நடக்கும் தூரம் தான். ஊருக்கு வந்த புதிதில் காலை உணவை வீட்டிலேயே முடித்துவிட்டு வருவாள். மதியம் வீட்டுக்குப் போய்ச் சாப்பிட்டு விட்டு வருவாள். ஆனால் இப்போதெல்லாம் முடிவதில்லை. ஓரிரு நிமிடம் தாமதமானாலும் அரைநாள் விடுப்பாகிவிடும். அரக்கப்பரக்க ஓடினாலும் அவள் மனம் முழுவதும் ஜெய் கேட்ட கேள்வியிலேயே இருந்தது. அவளால் உடனடியாகப் பதில் சொல்ல முடியாவிட்டாலும் அஸ்வத்துக்கு வாங்கிவைக்கும் பொருட்களை எடுத்துச் சிலமுறை நாசம் செய்துவிடுவது, அவசரத்துக்குத் தேவைப்படும் என்று வைத்திருக்கும் துரித உணவுகளைக் கேட்காமல் கொள்ளாமல் உண்டு தீர்ப்பது, அலுவலுக்கு இடையில் தொலைபேசியில் அழைத்துத் தொந்தரவு செய்வது என மாமாவைப் பற்றிய பல எண்ணங்கள் அர்ச்சனாவுக்கு வந்துபோயின. மேகலாவோடு பேசும்போது மட்டும் முகத்தில் அத்தனை சிரிப்பும் சந்தோஷமும் என்று நினைக்கும்போதே இன்னும் கோபம் வந்தது.

○

மூவரும் வீட்டை விட்டுக் கிளம்பியது மழை ஓய்ந்தது போலிருந்தது. வீடு முழுவதும் எல்லா அறைகளிலும் ஓடிக்கொண்டிருந்த காற்றாடிகளை நிறுத்தினார் மணிமாறன். அர்ச்சனாவின் படுக்கையோடு இருந்த குளியலறையில் மின்விளக்கு ஒளிர்ந்து கொண்டிருந்தது. அவள் அறைக்குள் நுழையும்போது அவருக்கு மனம் துணுக்குற்றது. இரவு நேரத்தில் அணியும் தளர்வாடை கீழே சுருண்டு கிடந்தது. மங்களூர் வந்த சில வாரங்களுக்குப் பிறகு அப்படிக் கிடந்த ஆடையொன்றை எடுத்து அழுக்குக் கூடையில் போட்டதை அறிந்து சிடுசிடுத்தாள். மின்விளக்கை நொடி நேரம் தயங்கிப் பின் அணைத்தார். அவளுடைய அறையிலிருந்து வெளியேறி நிம்மதியாக மூச்சுவிட்டபடி வீட்டுத் திண்ணையில் வந்தமர்ந்தார். மறுபடி மழை பெய்யத் தொடங்கியிருந்தது. தனது வாழ்க்கையில் இதற்கு முன்பு இப்படியொரு அடர் மழையை அவர் பார்த்தது இல்லை. நனைந்து முனை நைந்துபோயிருந்த செய்தித்தாளைப் பிரித்து அறையில் உலரவிட்டிருந்தார். செய்தித்தாள் தினமும் இப்படித்தான் நனைந்துபோய்விடுகிறது. மங்களூர் வந்த புதிதில் இவ்வளவு மழையில்லை. சாயங்காலம் தெருமுனை தாண்டி கல்பாவி சாலையில் மெல்ல நடக்கும்போது

ஒவ்வொரு வீட்டிலும் இரும்புக் கதவில் குழாய் போலொரு அமைப்பைப் பார்த்து இது எதற்காகவென்று யோசித்திருந்தார். ஓரிரு நாட்களில் தொடங்கிய தொடர் மழையின் முதல் தினம் நனைந்த செய்தித்தாளைப் பார்த்தபோது புரிந்தது. ஓயாமல் மழை தொடர்ந்தபோது “இந்த வீட்ல எல்லாமே வாஸ்துப் படி அது அது இருக்க வேண்டிய எடத்துல அம்சமா இருக்கு. ஆனா மழைல பேப்பர் நனையாம இருக்கறதுக்கான குழாய் மட்டும் கேட்ல இல்ல” என்று சொன்னதும் “அதுக்கென்னப்பா ஏற்பாடு பண்ணிடலாம்” என்றான் ஜெய். அர்ச்சனாவின் முகத்தில் அதுவரை பார்த்திராத முகச்சுருக்கம் தோன்றி மறைந்தது என்று நினைத்தார் மணிமாறன். “உங்களுக்கு அதுக்கெல்லாம் எங்க நேரம்?” என்று அவள் சொன்னதும் “சரி நானே ஏற்பாடு பண்ணிக்கிறேன்” என்று சொல்லி ஒரு பாலித்தீன் பையைக் கதவில் தொங்கவிட்டார். பேப்பர் போடும் பையன் பார்த்துத்தான் போட்டுவிட்டுப் போகிறான். இருந்தாலும் மேற்புரமெல்லாம் நனைந்துபோய்விடுகிறது. சில நாட்கள் இதற்காகவே ஐந்து மணிக்கெல்லாம் எழுந்து பேப்பர் பையன் வரும்போதே போய்க் கையோடு வாங்கிக்கொண்டு வந்துவிடுவார். இன்று கொஞ்சம் அசதியில் உறங்கிப் போக, பாலித்தீன் பையை மீறிச் செய்தித்தாள் நனைந்துவிட்டது. சரி உடனடியாகப் படித்து என்ன சாதிக்கப் போகிறோம் என்று நினைத்துக்கொண்டு செய்தித் தாளைக் காயவிட்டிருந்தார். கொஞ்சம் வெயில் அடித்தால் காயவைக்கலாம். வீணாய்க் காற்றாடி ஓடி மின்சாரமும் வெட்டிச் செலவுதானே? எல்லோரும் இருக்கும் சமயத்திலும் வரவேற்பறையில் வந்து அமர்ந்தால் அறையில் காற்றாடி ஓடத் தேவையில்லை. ஆனால் மங்களூர் வந்த புதிதில் ஒரு ஞாயிற்று கிழமை சாப்பாட்டு மேசையில் அர்ச்சனா அஸ்வத்துக்கு உணவு ஊட்டிக்கொண்டிருந்தாள். சிரிப்பும் குதூகலமாய் ஜெயசந்திரனும் அஸ்வத்தும் மாறி மாறி அவளுக்கும் உணவு ஊட்டிவிட்டார்கள். அன்பொழுகப் பார்த்து “ஹும்ம் இன்னும் ஊட்டிவிடனுமா?” என்ற அவர் குரல் கேட்டுத் திடுக்கிட்டுத் திரும்பிய அர்ச்சனா, அஸ்வத்திடம் “நீயே சாப்பிடு” என்று சொல்லிவிட்டு விருட்டென எழுந்து போய்விட்டாள்.

மணிமாறன் வெறுமனே யோசித்துக்கொண்டு எதிர்வீட்டைப் பார்த்தார். எதிர் வீட்டு மாடிப்படியில் அந்த வீட்டின் உரிமையாளர் அமர்ந்திருந்தார். எதிரிலிருந்த இரண்டு வீட்டுக்கும் பொதுவானதாக மாடிப்படிகள் இருந்தன. இரு வீட்டின் மொட்டைமாடியையும் இணைத்து ஓடு வேயப் பட்டிருந்தது. அது அழகுக்காகவோ அல்லது மாடிப்படிகள் மழையில் நனைந்து பாசி படியாமல் இருப்பதற்காக அப்படி அமைக்கப்பட்டிருந்ததோ தெரியாது. இரண்டுமே அவருடைய

வீடுகள்தான். ஒன்றில் அவரும் அவர் மனைவியும் குடியிருந்தனர். அவருக்கும் குழந்தைகள் கிடையாது. மழையை ரசித்தபடி புகைபிடித்துக்கொண்டு அமர்ந்திருந்தவரின் தோளில் அவர் வளர்க்கும் பச்சைக் கிளி உட்கார்ந்திருந்தது. மங்களூர் வந்த இரண்டாம் நாள் அவசரத் தேவைக்கு எதுவும் வாங்க வேண்டுமென்றால் கல்பாவி சாலை முனையிலிருக்கும் கடைகளைக் காட்ட ஜெயச்சந்திரன் அவரை அழைத்துச் சென்றான். இருசக்கர வாகனத்தில் கடந்துபோன எதிர்வீட்டுக்காரர் இருவருக்கும் வணக்கம் சொன்னார். அப்போது அவர் தோளில் அமர்ந்திருந்த அந்தக் கிளியைப் பார்க்க அதிசயமாக இருந்தது மணிமாறனுக்கு. ஜெயச்சந்திரன் அவரைப் பற்றிச் சொன்னது எதையுமே காதில் வாங்காமல் அந்தக் கிளியையே பார்த்துக்கொண்டிருந்தார் மணிமாறன். 'நமஸ்காரா' என்று அவர் கை குலுக்கிவிட்டுத் தோளில் கிளியோடு லாவகமாய் வண்டியை ஓட்டிக்கொண்டு போனதை ஆச்சரியமாய்ப் பார்த்துக்கொண்டே நின்றார். "அவர் தினமும் கிளியை இப்படித்தான் வெளியே கூட்டிக்கொண்டு போவார்" என்று ஜெயச்சந்திரன் சொன்னதும் தான் தன் நினைவுக்கு வந்தார். நகரும் வாகனத்தில் உள்ளவர் தோள்மீது கிளி பயமின்றி எப்படி அமர்ந்திருக்க முடியும் என்ற வினோத உணர்வு மணிமாறனுக்கு இன்றும் ஏற்பட்டது. எதிர்வீட்டுக்காரர் கைகளை அசைத்தார். கிளி தன் எஜமான் புகைப்பிடிப்பதைச் சலனமின்றிப் பார்த்துக்கொண்டிருந்தது. எதிர்வீட்டில் கிளி மட்டுமல்ல சில பூனைகளும் வளர்ந்துவந்தன. அதிலும் ஒன்று கடுவன் பூனை. அர்ச்சனா வீட்டுக்கு வாங்கும் பால் பாக்கெட்டை கொஞ்சம் அசந்தால் அழகாக ஓட்டையிட்டு முழுவதையும் குடித்துவிட்டு ஓடிவிடும். 'மீனைவிட இந்தப் பூனைக்கு அர்ச்சனா வீட்டுப் பால்தான் மிகவும் இஷ்டம்' எதிர்வீட்டுக்காரர் வீட்டில் பால் ஊற்றிவைத்தாலும் குடிப்பதில்லை என்று வருத்தமாய்ச் சொல்வார். எதிர்வீட்டுக்காரர் தோளில் கிளி மெல்ல அசைந்தது. பூனையொன்று காலருகே உரசிக்கொண்டு ஓடியது. "சூ" என்று பூனையை விரட்டினார். அதெப்படி கிளியும் பூனையும் ஒரே இடத்தில் வளர முடியுமென்று யோசித்தார். அர்ச்சனாவைப் பற்றி நினைவு வந்ததும் இதிலொன்றும் பெரிய விசித்திரமில்லை என்று நினைத்துப் புன்னகைத்தார்.

மனைவி தைலா இருந்தவரை மணிமாறனுக்கு எந்தக் கவலையும் இல்லை. அவள் வேறுவிதமானவள். இனி பூலோகத்தில் அப்படியொரு அன்னலட்சுமியைப் பார்க்க முடியாது. எவ்வளவு பேருக்குச் சாப்பாடு போட்டிருப்பாள். உழைப்பதில் எறும்போடு போட்டி போடுவாள். எறும்புகூட மழைக்காலத்தில் ஓய்வெடுக்கும். இவளோ வேலையில்லை என்றால் அரிசியையும் கடுகையும் ஒன்றாகக் கொட்டித்

தனித்தனியாக்குவாள். ஒவ்வொரு செயலிலும் அலாதியான சிரத்தையிருக்கும். சுண்டல் தாளிப்பதற்குக்கூடப் பத்து நிமிடத்துக்கு மேல் நேரம் எடுத்து நேர்த்தியாகச் செய்பவள். 'சுண்டலை உப்போடு வேகவிட்டா ரெண்டு நிமிசத்துல தாளிச்சிடலாம் ஆனா உப்புப் போட்ட தண்ணில வேகவெச்சா வேக ரொம்ப நேரமாகும். கேஸ்தான் வேஸ்ட்' என்பாள். சுய சிக்கனம், பிறருக்கோ தயாளம். அவளோடு என் வயிறும் நாக்கும் வற்றிப்போயிருந்தால் எவ்வளவு நன்றாக இருந்திருக்கும் என்று நினைத்தார் மணிமாறன். அர்ச்சனாவை அவள் வளர்த்த விதம் அவளுக்கே பெண் பிறந்திருந்தாலும் அப்படி வளர்த்திருப்பாளா தெரியாது. தினம் பால் சோறுதான். அதையும் ஊட்டித்தான் விடுவாள் தைலா. அர்ச்சனா பெரிய பெண்ணாகும் வரையும் அப்படித்தான் செய்தாள். வாரம் ஒருமுறை அவளுக்குப் பூத்தைக்காமல் விட்டதில்லை. 'ஒவ்வொரு வாரமும் எப்படித் தான் பொறுமையா தைச்சி விடறீங்களோ அண்ணி, ரொம்ப அழகுதான், உங்க பொறும அர்ச்சுக்கும் வந்தா நல்லா இருக்கும்' என்பாள் அர்ச்சனாவின் அம்மா தமயந்தி. தமயந்திக்கு அர்ச்சனா நான்காவது குழந்தை. முந்தைய மூன்றும் ஆண் குழந்தை. மணிமாறன் பணியாற்றிய அதே பள்ளியில் அவளும் பணியாற்றி னாள். அருகே வீடு. அர்ச்சனா அவள் வீட்டில் இருப்பதைவிடத் தைலாவின் கையில்தான் பெரும்பாலும் இருப்பாள். இடையில் தமயந்திக்குப் பணியுயர்வு வந்தபோதும் அவள் அலுவல் வேலையாக வேறிடம் பெயர்ந்தபோதும் அர்ச்சனாவைத் தைலாவும் மணிமாறனும் உடன்வைத்துக்கொண்டனர். அதெல்லாம் அர்ச்சனா ஓரளவு பெரிய பெண்ணாகும்வரைதான். பின்னர் ஒரே பெண் பிள்ளை என்று அவளை தமயந்தி திரும்பக் கேட்டபோது வேறுவழி தெரியவில்லை. அர்ச்சனா தைலாவை வாய்க்கு நூறுதரம் தைலாம்மா, தைலாம்மா என்று அழைப்பாள். தைலா கிண்டலாய் "உறவு முறை மாத்திப்பிட்டா" என்று மணிமாறனிடம் சொல்வாள். தைலாவிடம் மட்டுமா மணிமாற னிடமும் அன்போடுதான் இருந்தாள். அவர் எதைச் செய்தாலும் ஆச்சரியம், வியப்பு இடுப்புயரம் வரும்வரை கால்களைக் கட்டிக் கொண்டு கொஞ்சுவாள்.

சிறுவயது அர்ச்சனாவைப் பற்றிய வெவ்வேறு எண்ணங்கள் சோர்வைக் கொஞ்சம் துரத்தியது. வீட்டுக்குள் சென்று காப்பி போட்டுக் குடிக்கலாம் என்ற எண்ணம் மணிமாறனுக்கு வந்தது. தொட்டு உண்பதற்கென்று ஜெயச்சந்திரன் வாங்கி வந்த இனிப்பு பன் நன்றாக இருக்கும். அதையும் ஒருநாளுக்கு ஒன்றுக்கு மேல் சாப்பிட வேண்டாமென்று அர்ச்சனா கண்டிப்பாகச் சொல்லி யிருக்கிறாள். வயிறடைக்கும், மலச்சிக்கல் வருமென்று அவள் சொல்லும் காரணத்தை ஏற்றுக்கொள்ள வேண்டுமென்று

நினைத்தாலும் ஒன்றைத் தின்று முடித்தவுடன் நாக்கு இன்னொன்றைக் கட்டாயம் கேட்கிறது. தோட்டத்துக்கு நீர்வார்க்கலாம், கொஞ்சம் நேரம் போகும். ஆனால் இப்படித் தொடர்ந்து மழை பெய்யும்போது நீர் வார்க்கக்கூடத் தேவை யில்லாது போகிறது. துளசி, செம்பருத்தி, பட்டுரோஜா, இட்லிப்பூ என வகைக்கொன்றாய்த் தோட்டத்தில் வைத்திருந்தாள் அர்ச்சனா. தினம் கொஞ்ச நேரம் செடிகளுக்கு நீர் பாய்ச்சி, களைகளைப் பிடுங்கி வேலைசெய்வது மனதுக்கு ஆறுதல் தரும். மழையில் சிவந்த இட்லிப்பூ காற்றுக்கு அசைந்தது. இட்லிப்பூ போலவே ஒருமுறை உல்லன் நூல் வேலைப்பாடு செய்து அவள் அக்கா மகள் திருமணத்துக்குச் சடையலங்காரம் செய்து விட்டாள் தைலா. கைப்பின்னலினால் ஆன எல்லாக் கலைப் பொருட்களும் தைலா சொல்லி அர்ச்சனா செய்து அசத்துவாள். கூடைப் பின்னல், குளிராடைப் பின்னல்கள், பனைஓலையில் பின்னும் கலைப்பொருட்கள், பூ வேலைப்பாடுகள், ஆடையில் நூல் அலங்காரங்கள் என்று அர்ச்சனாவும் தைலாவும் போட்டி போட்டுக்கொண்டு வீட்டைக் கலைப்பொருட்களால் நிறைத்தார்கள். அதெல்லாம் ஒரு கனவு உலகமென்று நினைத்தார் மணிமாறன். தோட்டத்தில் துளசி கருநீல வண்ணத்தில் பூத்திருந்தது. அதே கருநீல வண்ணத்தில் தைலா தேர்ந்தெடுத்துத் தந்த பட்டுப் புடவையையே அர்ச்சனா தனது பூப்புநீராட்டு விழாவில் கட்டியிருந்தாள். தோட்டத்திலிருந்த பட்டுரோஜா வின் மீது படபடத்தன பட்டாம்பூச்சிகள். பளீர் வெள்ளை நிறத்தில் அவை தோட்டத்தைச் சுற்றிச் சுற்றி வந்தன. அர்ச்சனாவும் இப்படித்தான் 'மணிமாமா, மணிமாமா' என்று சுற்றிச் சுற்றி வருவாள். அர்ச்சனாவின் பூப்புநீராட்டு விழாவின்போது தமயந்தியின் உறவுவழியில் சகோதரன் இல்லாமல் மணிமாறன் தாய்மாமன் மாலை அணிவித்தபோது கன்னத்தில் பூத்த நாணத்தோடு கண்கள் படபடத்தன. அப்போது பட்டாம்பூச்சியாய்த் திரிந்தவள்தான் அர்ச்சனா. ஆனால் இப்போது!!! தோட்டத்திலிருந்து கம்பளிப்பூச்சியொன்று மெல்ல கிளம்பிப் பக்கச் சுவரில் ஏறிக்கொண்டிருந்தது. ஒருமுறை மாலை காலார நடந்து எங்கேயோ போய்விட்டுத் திரும்ப வழிதெரியாமல் பாஷையும் தெரியாமல் போனது அவருக்கு நினைவுக்கு வந்தது. கைபேசி எடுத்துப்போகாமல் போய் பின்னர் அருகேயிருந்த காவல்நிலையம் அடைந்து வீடு வந்துசேர்ந்த பிறகுதான் அர்ச்சனாவின் கண்டிப்பு அதிகமாகிவிட்டது. சில சமயம் அவள் சொல்வது எல்லாம் நன்மைக்குத்தானே என்று நினைப்பார். இட்லிப்பூ மழைபாரம் தாங்காமல் தரை நோக்கி வளைந்து அசைந்தது.

மங்களூர் வந்து ஓரிரு மாதங்களுக்குப் பிறகு மணிமாறன் ஒருமுறை ஜெயச்சந்திரனிடம் தயங்கியபடியே கேட்டார் "நான் இங்கேயே இருக்கேனே, உங்களுக்கு அதனால கொஞ்சம் பர்டன் தானே. அதனால நான் மாசம் மூவாயிரம் கொடுத்துடறேனே" என்றபோது "என்ன சொல்றீங்க நீங்க. அர்ச்சனாவுக்குத் தெரிஞ்சா நல்லா திட்டிடுவா" என்று சொல்லிவிட்டார். அதை விளையாட்டாய்ச் சாயுங்காலம் நடைப்பயிற்சிக்குப் போகும் போது அர்ச்சனாவிடம் ஜெயச்சந்திரன் சொன்னபோது "அந்த பர்டனெல்லாம் காசு குடுத்தா சரியாடுமா?" என்றபோது அவனால் எந்தப் பதிலும் சொல்ல இயலவில்லை. அதன் பின்னர் அஸ்வத்தின் பிறந்தநாளுக்கு இரண்டு பவுனில் செயின் வாங்கி மாட்டினார் "குழந்தைக்கு அம்சமா இருக்கு." "நீங்கபாட்டுக்கு இங்கேயே எதுவும் செய்துட்டே இருக்காதீங்க. அப்பறம் மேகலா எனக்கென்னவோ நீங்க அள்ளிவிட்டதுபோல பேசுவா" என்றாள் அர்ச்சனா. மேகலா தமயந்தியின் அண்ணன் மகள். ஆனால் அவளே பின்னர் ஒருமுறை மேகலா கேட்டாளென்று பணம் அனுப்பியபோது "அவ அடிக்கடி பேசும்போதே நினைச்சேன்" என்று ஏதோ குற்றத்தைத் துப்பறிந்த தொனியில் சொன்னாள்.

சில நாட்களுக்கு முன்னர் "நான் வேணும்ன்னா மேகலா வீட்டுக்குப் போயிடவா?" என்று மணிமாறன் கேட்டதுதான் தாமதம். "அங்கே போய் பார்த்தாதானே தெரியும். ஒரு நாள்கூட காலத்த ஓட்ட மாட்டீங்க. தைலாம்மா போனப்பறம் அங்கதானே ஒருமாசம் தனியா பொங்கித் தின்னீங்க. அப்ப எங்க போனா அவ? வாங்கிக்க மட்டும் வருவா. இங்க உங்களுக்கு அப்படி என்ன கஷ்டம்? காலைல ஒரு டைம், அதுவும் பதினொரு மணிக்கு நீங்களா காப்பி போட்டுக்கிறீங்க. பிள்ளையக்கூட சாயுங்காலம் அவர் வந்ததும்தான் கூட்டிட்டு வரார். உங்களுக்கு என்ன சிரமம் இங்க இருக்கமுடியாம போறதுக்கு? வேணும்ன்னா நீங்க அடிக்கடி கேட்கறதுபோல அதையும் போட்டு ப்ளாஸ்கில ஊத்தி வைச்சிட்டுப் போயிடறேன் இனிமே" பதில் சொல்லக்கூட அவகாசம் அளிக்காத அளவுக்குக் கடுகு பொரிவதுபோலப் பொரிந்து தள்ளியதை நினைத்துக்கொண்டே காப்பி கலந்து எடுத்துக்கொண்டு சாப்பாட்டு மேசையை அடைந்தார். என்னை யாரிடமும் அனுப்ப அர்ச்சனாவுக்கு இஷ்டமில்லை. தன்னைப்போல வேறு யாரும் அவரைக் கவனிக்க முடியாதுன்னு நினைச்சி கவலைப்படறா பாவம் என்று நினைத்தார் மணிமாறன். வயசாக ஆக எனக்குப் புத்தி குறையுது. நிலை தடுமாறுது. அஸ்வத்தைக் கண்டிப்பது போலவே என்னையும் கண்டிக்கிறாள் என்று யோசித்துச் சிரித்துக்கொண்டார்.

சாப்பாட்டு மேசைமீது அஸ்வத்தின் தண்ணீர்க் குப்பி நீர் நிரப்பிவைக்கப்பட்டிருந்தது. காலையில் அவனுக்குக் கொடுக்க மறந்து போய்விட்டார்களா? அவனுக்கு இரண்டு நீர்க்குப்பிகள் உண்டு. இரண்டும் வீட்டிலேயே இருந்தது. குழந்தைக்குத் தண்ணீர் மாற்றிக் கொடுக்கக் கூடாது என்பதில் அர்ச்சனா மிகவும் கவனமாக இருப்பாள். 'தண்ணீரின்றித் தவிப்பானே பிள்ளை, என்ன செய்வது?' என்று தடுமாறினார் மணிமாறன்.

அர்ச்சனாவைத் தொலைபேசியில் அழைத்தார் "அம்மு, கொழந்தையோட தண்ணி பாட்டில் இங்க டைனிங் டேபிள்லயே இருக்கு. என்ன பண்றது?"

"..."

"அர்ச்சனா. அர்ச்சு குட்டி"

"ம் கேக்குது. கொஞ்ச வேணாம். தண்ணி பாட்டில் அங்கே இருந்தா அவன் இருக்கற எடம் நாலு வீடு தள்ளித்தானே இருக்கு. நீங்களே போய் குடுத்துட்டு வரமுடியாதா. இதுக்கு ஒரு போன் பண்ணனுமா? நான் ஆபிஸ்ல வேல பாக்கட்டா வேணாமா?"

"கோவப்படாத கண்ணு. எனக்குத் தெரியல. பிள்ள தண்ணிக்கு தவிச்சிடுவானேன்னு படபடப்பாயிடுச்சி."

"நீங்க ஹெச்.மா இருந்துதானே ரிடையர் ஆனீங்க. இதுக்குக்கூட உங்களுக்கு யோசனை தோணலயா? பிள்ளைய உங்க பொறுப்பில விட்டா நல்லா பார்த்துக்குவீங்க போல. கதவ சாத்தட்டா, லைட் அணைக்கட்டா, ஃபேன் ஓடனுமான்னு கேள்வி கேட்காமா நீங்களா இதெல்லாம் செய்ய முடியாதா?"

தொலைபேசியை வைத்துவிட்டுப் பார்த்தார். காப்பி ஆறிப்போயிருந்தது. அதைக் குடிக்க மனமின்றி வெறித்துப் பார்த்தார். வெளியில் மழை நின்றிருந்தது. தண்ணீர் பாட்டிலைக் கொடுத்துவிட்டு அப்படியே எங்காவது போய்விடலாமென்று தோன்றியது. தைலா என்னை ஏன்டி விட்டுட்டுப் போன என்று நினைத்தார். கண்கள் வழிந்தது, துடைத்துக்கொண்டார். கதவைப் பூட்டிச் சாவியை எதிர்வீட்டில் கொடுக்கலாமே என்று யோசித்தார். யாருக்கும் எதுவும் தெரிய வேண்டாம்; அஸ்வத்தின் பாக்கெட்டில் போட்டுவிடலாம் என்று தோன்றியது. அஸ்வத் எங்காவது தொலைத்துவிட்டால், வீட்டுக்கு மாற்றுச் சாவிகூட இருவரும் எடுத்துப்போவதில்லை, பிள்ளை தண்ணீர் பாட்டிலைக் கொடுத்துவிட்டு வந்து பின்னர் சாவியை எங்கே கொடுப்பது என்பதை யோசிக்கலாம் என்று நினைத்துக்கொண்டு நடந்தார். தண்ணீர்ப் புட்டியை எடுத்துக்கொண்டு மெல்லத் தடுமாறி வீட்டுப்படியிறங்கினார். வானம் வெளிவாங்கிக்

கொஞ்சம் தெளிவடையத் தொடங்கியிருந்தது. நடந்து நான்கு வீடு தள்ளியிருக்கும் குழந்தைகளைப் பராமரிக்கும் இல்லத்துக்குச் சென்றார். இல்லத்தைப் பராமரிப்பவர் அவரிடம் குசலம் விசாரித்துக் கொஞ்ச நேரம் பேசிக்கொண்டிருந்தார். மற்ற நேரமாயிருந்தால் அவரிடம் பேச மணிமாறனுக்குப் பிடித்திருக்கும். கையிலிருந்த தண்ணீர்ப் புட்டியை அஸ்வத்துக்குக் கொடுக்க வேண்டுமென்றார். நிறுவனர் அவரை உள்ளே அழைத்துச்சென்றார்.

மற்றக் குழந்தைகளுடன் விளையாடிக்கொண்டிருந்த அஸ்வத் ஓடிவந்தான். "மணித்தாத்தா..." என்று கால்களைக் கட்டிக்கொண்டான். தன்னுடைய நண்பர்களை உற்சாகத்துடன் அழைத்தான் "எங்க வீட்டுல மணித்தாத்தா இருக்காங்கன்னு சொன்னேன்ல இவர்தான் மணித்தாத்தா. எனக்கு தினம் கதை சொல்லுவார். அன்னிக்கி ஒருநா இவருக்கு உடம்பு சரியில்லன்னு ஹாஸ்பிடல் போனப்ப அந்த கருப்புப் பூனை பால் எல்லாம் குடிச்சிடுச்சு. தாத்தா இல்லேன்னா எனக்குக் குடிக்கப் பாலே இருக்காது. எங்க தாத்தா... சூப்பர் தாத்தா."

"அப்படியே சின்ன வயசு அர்ச்சனா மாதிரி இருக்கான்" அவனிடம் தண்ணீர்ப் புட்டியைக் கொடுத்துவிட்டு வெளியில் வந்தபோது ஊமை வெயில் அடிக்கத் தொடங்கியது.

தாமரை

2

அலை படகு

தென்மேற்குப் பருவமழை தொடங்கி யிருந்தது. கார்மேகங்கள் மங்களூரில் புலரியை ஒத்தி வைத்திருந்தன. தொடர்ந்து பொழிந்திருந்த மழையால் மரங்களும் செடிகொடிகளும் பசும் ஒளியை பரப்பிக் கொண்டிருந்தன. கவிந்திருந்த சாம்பல்நிறக் காலை வெளிச்சத்திற்கு உயிரொளியூட்டுவதுபோல டோங்கர்கிரி வெங்கட்ரமணா கோவிலின் மெலிந்த வெண்மைநிறக் கோபுரம் நின்றுகொண்டிருந்தது. உள்ளே உதயகாலப் பூஜைக்கான ஆயத்தங்கள் நடந்து கொண்டிருந்தன. ஏ எஸ் ஆர் பைய்யி சாலையி லிருந்து திரும்பும் தெருக்குத்தில் அமைந்திருக்கும் அந்தக் கோவிலின் தீபாராதனை, நீலிமா குடியிருக்கும் வீட்டுவாசலுக்கு வந்தாலே தெரியும். எப்போதும் காலை உணவுக்குச் செல்லும் வழியில் அவசர கதிக்கு வெளியிலிருந்தே கும்பிட்டுக் கொண்டு செல்வது போல இன்றும் கும்பிடும் நொடி நேரத்தில் எதிரே வந்த இருசக்கர வாகனத்துக்குப் பயந்து ஸ்டியரிங்கை கெட்டியாகப் பிடித்தாள் நீலிமா. முகமூடியணிந்த இருசக்கர வாகனக்காரனின் முகத்தில் கலவரமான கண்கள் மட்டுமே தெரிந்தன. அவை ரஞ்ஜன் சார் கண்களைப்போலவே இருந்தன. அம்மா சொல்வதுபோல அவளுக்கு எந்நேரமும் ரஞ்ஜன் சாரின் நினைவுகள்தானோ? மங்களூர் சாலைகள் ஏடாகூடமானவை. டோங்கர்கிரி வெங்கட்ரமணா ஆலயத்தைக் கடந்து வலதுபுறம் திரும்பியவளுக்கு அலுவலக விருந்தினர் மாளிகைக்குச் செல்லத் திரும்ப வேண்டிய சிறிய

சந்து வந்ததும், நிதானித்து உள்ளே நுழைய நினைத்தாள். எதிரே 50 அடி தொலைவில் ஒலிப்பானை ஓயாது எழுப்பியபடி இன்னொரு வண்டி எதிரில் வந்ததும் பயத்தில் வியர்க்கத் தொடங்கியது. நேரமாகிக்கொண்டிருந்தது. மீண்டும் வண்டியைக் கொண்டுபோய் வீட்டில் நிறுத்திவிட்டு இன்று ஆரம்பமே சரியில்லையே என்று விருந்தினர் மாளிகைக்கு நடக்கத் தொடங்கினாள்.

இரவு பகலென்று மாறி மாறி வரும் பணிநேரங்கள் கொடுக்கும் அலுப்புக்கு, விருந்தினர் மாளிகையில் சாப்பாடு கிடைத்துவிடுவது கொஞ்சம் நிம்மதி. "இப்ப இப்படி பழகிட்டா நாளைக்கு குடும்பம்ன்னு ஆகும்போது கஷ்டம்" என்ற அம்மாவின் குரல் அடிக்கடி அவளைத் தொந்தரவு செய்தது. தற்சமயம் வெளியில் உணவு வாங்க அலுவலகமே தடைசெய்திருந்தது. மேலும் இந்தக் காலகட்டத்தில் உணவை அலுவலகத்திலோ அல்லது விருந்தினர் மாளிகையிலோ உண்ணச் சொல்லிப் பரிந்துரைக்கப்பட்டிருந்தது. காய்கறிகள், பிற உணவுப்பொருட்கள் வாங்குமிடத்திலிருந்து தொற்று ஒருவருக்குப் பரவினாலும் மொத்த முனையமும் மூடிவிட வாய்ப்புகள் அதிகம் என்று மிகக் கடுமையான விதிமுறைகளும் நடவடிக்கைகளும் மேற்கொள்ளப் பட்டன. அதுவும் திருமணமாகாத பணியாளர்களுக்கு அது கிட்டத்தட்ட உத்தரவுபோல என்பதால், அம்மாவின் கவலையை அப்புறம் பார்த்துக்கொள்ளலாமென்று நீலிமா விருந்தினர் மாளிகையிலேயே சாப்பிட்டாள். ஆனால் சமீபமாகவே அந்த மாளிகைக்குச் செல்வதில் கொஞ்சம் ஒவ்வாமை அவளுக்கு இருந்தது. ரஞ்ஜன் சார் மாற்றலாகி வந்ததிலிருந்து அங்கே செல்வதற்குப் பிடிக்கவில்லை.

மழையில் ஊறிப் பசுமை படர்ந்திருக்கும் சுவர்களைப் பார்த்துக்கொண்டே மெல்ல விசிலடித்தபடி நடந்தாள். விருந்தினர் மாளிகை போகும் வழி முழுவதும் கையில் குடை மட்டுமிருந்தால் போதும்; மழையால் பூரித்துக் கிடக்கும் விதவிதமான மரங்களையும் மலர்களையும் ரசித்துக்கொண்டே நடக்கலாம். ஆனால் சிற்றுந்து வாங்கிய பின்னர் அந்த மகிழ்ச்சி போய்விட்டது. வண்டி வாங்கும் முன்னர் ஓட்டுநர் உரிமம் எடுக்கப் படித்திருந்தது எதுவுமே இந்தக் குறுகலான சாலைக்குள் வண்டியை ஓட்டி எடுக்கப் போதுமானதாக இல்லை. இந்தக் குறுக்குச் சாலையை விடுத்தால் கிட்டத்தட்ட நான்கு கிலோமீட்டர் சுற்றிக்கொண்டு வர வேண்டும். பாதிவழிதான் நடந்திருப்பாள், அதற்குள் மழை பிடித்துக் கொண்டது. வண்டியை விட்டுவிட்டு வந்த அவசரத்தில் குடையை மறந்துபோனாள். ஒருநிமிடம் தயங்கி எக்ஸ்போர்ட் பி யூ கல்லூரி முன்னால் மழைக்கு ஒதுங்கி நிற்கலாம் என்று நினைத்து நின்றாள். கொடியல்பேல் பகவதி

நீல மிடறு

அம்மன் கோவிலின் பின்புறத் தோட்டத்து வாழைமரம் தனது இலைகளால் கலகலத்துக் காலை வணக்கத்தைச் சொன்னது. சில நிமிடங்கள் கடந்ததும், நேரம் கருதி நனைவதையும் பொருட்படுத்தாமல் ஓடினாள். திருச்சியில் இந்த அளவுக்குத் தொடர்மழையை அவள் ஒருபொழுதும் பார்த்ததில்லை. கடந்த இரண்டு வருடங்களாகப் பருவகாலத்துத் தொடர்மழையைப் பார்த்ததால், இப்படி எல்லா நேரமும் வேலையைக் கெடுக்குதே என்று கொஞ்சம் கோபம்தான் வந்தது.

விருந்தினர் மாளிகைக்கு அருகே சுவர் மேலே வளர்ந்திருந்த வெள்ளைப்பூசணிக் கொடியில் ஆடிய பூக்கள் நீலிமாவைப் பார்த்துத் தலையாட்டி, மஞ்சளாய்ச் சிரித்தன. மழையில் நனைந்து வசீகரமாய்த் தெரிந்த அந்தப் பூக்களைப் பார்த்த பின்னர் நீலிமாவுக்கு அதுவரையிருந்த படபடப்புக் குறைந்து கொஞ்சம் ஆசுவாசம் வந்தது. ஏற்கெனவே பீரிதம், ராஜேஷ் எல்லோரும் வந்திருந்தனர். “என்ன நீலிமா காரெடுத்துட்டு வர்ல, நனைஞ்சிட்டீங்கபோல” என்று கேட்ட கேள்விக்குத் தலையாட்டிக்கொண்டே நடந்தாள். பீரிதம், ஹரீஸ், கோவிந்த் மூவருமே நீலிமா இருக்கும் வீட்டருகே அலுவலகமே வாடகைக்கு எடுத்துக் கொடுத்திருக்கும் அடுக்ககத்தில் இருந்தார்கள். அலுவலகம் கொடுக்கும் வீடு வேண்டுமா, வெளியில் வீடு எடுத்துக்கொள்கின்றார்களா என்று அலுவலகம் வந்துசேர்ந்த நாளில் கொடுக்கப்பட்ட விண்ணப்பத்தில் நீலிமா தெளிவாக ‘வெளியில்’ என்று படிவத்தை நிரப்பிக் கொடுத்திருந்தாள். தமிழ்நாட்டை விட்டு வேறு மாநிலத்தில் பணியிடம் என்ற பணி நியமன உத்தரவு வந்த உடனேயே அப்பாடா என்று பெருமூச்செறிந்தபடி சமயபுரம் மாரியம்மனுக்குப் பூப்பாவாடை சார்த்தி நேர்த்திக்கடனைச் செலுத்தினாள்.

முதல்நாள் அலுவலகத்துக்கு மூன்றுசக்கர வாகனத்தில் வந்த போது நிறுவன நுழைவாயிலுக்கு மேல் அனுமதிக்கப் படாததால் மிச்ச தூரத்தை நடந்து அலுவலகப் பகுதியை அடைவதற்குள் பாதி உடல் எடை குறைந்துவிட்டதுபோல் சோர்வாக உணர்ந்தாள். ஆகவே அலுவகத்துக்குப் போக வர உதவியாக இருக்குமென்று உடன் பணிபுரிந்த பீரிதம் வசித்த அடுக்ககத்துக்கு அருகிலேயே வீடு பார்த்திருந்தாள். பீரிதம், ராஜேஷ், வசந்த், கோவிந்த் எல்லோருமே வேற்று மாநிலத்தைச் சேர்ந்தவர்கள். வேறுமொழி பேசுபவர்கள். கோவிந்த் மட்டும் தமிழ் பேசுவான். பாண்டிச்சேரியைச் சார்ந்தவன். இவர்கள் யாருக்கும் திருச்சியின் வாசனைகூடத் தெரியாது. ஆனால் ரஞ்ஜன் சார் கிராமம் திருச்சியிலிருந்து பத்தே கிலோமீட்டர் தொலைவுதான். மூவரும் பேசாமல் சாப்பிடக் காத்திருந்தார்கள்.

மூவருக்கும் சத்யா பரிமாறிக்கொண்டிருந்தான். தினகரன் வழக்கம்போல ரஞ்ஜன் சார் அறையை சுத்தம்செய்து முடித்து விட்டுப் பிற இடங்களைச் சுத்தம் செய்துகொண்டிருந்தான்.

சாப்பாட்டு மேசையின் மேல் இருந்த கண்ணாடி வசீகரமான கருப்பு நிறத்திலிருந்தது. அதன் கால்கள் தேக்குமரத்தில் செய்து பளபளப்பைக் கூட்ட வார்னிஷ் அடித்திருந்தார்கள். அந்தக் கண்ணாடியின் விளிம்புகள் அலங்காரமாய் சிறு சிறு மலரிதழ்கள் போல வளைந்திருந்தன. கருப்புக் கண்ணாடியில் வெண்மை யான அவள் முகம் பளீரெனத் தெரிந்தன. மேசை மேல் வைக்கப் பட்டிருந்த கிண்ணங்கள் தலைகீழாகத் தெரிந்தன. அதன் ஊடாக இடையிடையே அசைந்த தென்னங்கீற்றுகளை ஆழ்ந்து பார்த்தால் இரவில் குளத்தில் நிலா வெளிச்சத்தில் தெரியும் தென்னைமரப் பிம்பங்கள் போலிருந்தன. உணவு மேசையருகே திறந்திருந்த ஜன்னல் வழியே குளிர்ந்த காற்று முகத்தை மெல்ல வருடியது. “என்ன நீலிமா ஊருக்குப் போயிருந்தீங்களா? சொல்லியிருந்தா நான் அம்மாவுக்கு இங்கிருந்து எதுநா குடுத்து விட்டுருப்பேனே” என்று சொல்லியபடி வந்து அவர்களுடன் இணைந்து அமர்ந்து சாப்பிட ஆரம்பித்தார் ரஞ்ஜன் சார். திடுக்கிட்டுத் திரும்பியதில் அவளுக்குப் புரையேறியது, அருகிலிருந்த தண்ணீரை எடுத்தாள் நீலிமா. தட்டிலிருந்த அடையின் துண்டமும் அவியலும் கீழே சிந்தியது “தினகரன் அடை கீழே விழுந்துடுச்சி பாருங்க இங்கே கொஞ்சம் சுத்தம் பண்ணிடறீங்களா” என்றாள். அவசர அவசரமாய் சாப்பிட்டுவிட்டு அங்கிருந்து விரைந்து நகர்ந்தாள். “சார் நான் போய் காரெடுத்துட்டு ஆபீஸ் வரனும், நேரமாச்சு கிளம்பறேன், ஆபீஸ்ல உங்கள வந்துபார்க்கறேன். பை பீரிதம், ராஜேஷ்” என்று வேகமாய்க் கிளம்பினாள். வீட்டுக்கு வந்து வண்டியை எடுத்துக்கொண்டு சென்றபோதே இன்று ஏதோ விபரீதம் நடக்கவிருக்கிறதென்று தோன்றியது. ‘என்றெல்லாம் ரஞ்ஜன் சார் வாயில் விழுகிறேனோ அன்று நாள் முழுவதும் ஏடாகூடமாகிறது’ என்று நினைத்தாள்.

அப்படித்தான் அன்று நீலிமா வண்டி வாங்கிய இரண்டாம் நாள் “என்னப்பா சொல்லாம கொள்ளாம கார் எல்லாம் வாங்கிட்டீங்க பரவாயில்ல ஆனா ஒரே ஊர்க்காரர்ன்னு ஒரு மரியாதைக்காவது ட்ரீட்டுக்கு கூப்பிட்டிருக்கலாமே? க்ரூப்பா ட்ரீட்டுக்கு போனீங்கதானே. . . எனக்குத் தகவல் வந்துடுச்சி” என்றார். அன்று சாயங்காலமே வண்டியைத் திருப்பக் கூடாத இடத்தில் திருப்பி முதல்கோடு விழுந்தது. அன்றிரவு முழுக்க அவளுக்குத் தூக்கமே வரவில்லை. கடந்த வாரம் ஊருக்குக் கிளம்பும் முதல் நாள் “திருச்சின்னா எங்க ஸ்ரீரங்கமா திருவானைக்காவலா?” என்று கேட்ட அன்று இரவு

முழுவதும் தூக்கமே வரவில்லை. மறுநாள் ஊருக்குச் செல்ல வேண்டியிருந்தது. தூங்காமல் அலுவலகம் போனால் சரிவராது என்று அன்றைக்கும் சேர்த்து விடுப்பு எடுத்துவிட்டு மாலையில் மங்களூர் சென்ட்ரலிலிருந்து திருச்சிக்குக் கிளம்பிப்போகும் வரை 'திருச்சியில் எங்கே' என்று ரஞ்ஜன் கேட்டதைப் பற்றியே நினைத்துக்கொண்டிருந்தாள். ஒரே ஊர்க்காரர், ஒரே ஊர்க்காரர் என்று அடிக்கடி சொல்லிக் காட்டுவது அவளுக்குச் சகிக்க வில்லை. எப்படியாவது விருந்தினர் மாளிகைக்குப் போய் உணவு உண்பதைத் தவிர்க்க வேண்டும். அதை அவளே தவிர்த்தால் சரி வருமா? மேலும் இப்போது இருக்கும் காலகட்டத்தில் அங்கே போகாமல் எப்படிக் காலத்தை ஓட்டுவது? குழப்பம் தீராமல் வீடடைந்தவள் வண்டியை மெல்லக் கிளப்பி நவபாரத சர்கிள் வழியாக கே எஸ் ஆர் சாலையை அடைந்ததும் வாகன நெரிசலில் ரஞ்ஜன் சார் சொன்னது மறந்துபோனது.

குருபுரா ஆறு சேறு கலந்த இளங்காவி நிறத்தில் கடலடையும் ஆவேசத்தோடு ஓடிக்கொண்டிருந்தது. கருடன் ஒன்று வட்டமிட்டுப் பறந்துகொண்டிருந்தது. அதைப் பார்த்துக் கன்னத்திலிட்டுக்கொண்டாள். வல்லூறுகள் ஆங்காங்கேயிருந்த பாதாம் மரக்கிளைகளில் அமர்ந்திருந்தன, அதிலொன்று மீனைக் கொத்தி உண்டுகொண்டிருந்ததை முகம் சுளித்துப் பார்த்தபடி வண்டியின் கண்ணாடியை உயர்த்தினாள். குருபுராவை மீன் வாடையின்றி என்றுமே கடக்க முடியாது. குருபுரா பாலத்தைக் கடந்து அலுவலகம் அடைந்ததும் அடர்சிவப்பாய்ப் பூத்திருந்த கல்வாழையும், பிற அலங்காரச் செடிகளும் அவளை வழக்கம் போல வரவேற்றன. விசிறிபோல விரிந்திருந்த ஈரப்பலாமரத்தின் இலைகள் அப்போது பொழிந்திருந்த மழையைத் தம் உடலிலிருந்து உகுத்துக் கொண்டிருந்தன.

அலுவலக அறையை அடைந்து மடல்களைத் திறந்து பார்த்ததும் இரவிலிருந்து பதினாறு மடல்கள் அவளுக்கு அனுப்பப்பட்டிருந்தது தெரிந்தது. நேற்று சீக்கிரம் வீட்டுக்குப் போய்விட்டதும் அதன் பிறகு மடல்கள் எதுவும் வந்திருக்கிறதா என்று பார்க்காததும் நினைவுக்கு வந்தன. ஹரீஸ் பரபரப்பாக வந்தான். "நேற்றே சொன்னேன் அல்லவா? என்ன பார்த்தீங்க, ஆட்டோமேசன் ஸ்கிரிப்ட்ல ஏதோ பிரச்சனை, டிவைஸ் பை பாஸ் பண்ணி ஃபூயல் பம்ப்செய்யவேண்டியிருந்தது. நான் இதற்காக நைட் அனுப்பிய கன்ட்டினியூட்டி மெயிலாவது பார்த்திருக்கலாமில்லயா? இப்படி இனி ஒரு டைம் அசட்டையா இருந்துட வேண்டாம்" என்றவுடன் அவளுக்குப் பதற்றம் ஏற்பட்டது. நேற்றுக் கிளம்பும் முன் எல்லாம் சரியாகத்தானே

இருந்தது. எல்லா விளக்கும் பச்சையாய்த்தானே இருந்தன. குழாய்கள் சீராக இயங்கிக்கொண்டுதானே இருந்தன. எல்லா நிலைத் தகவல்களும் சரியாக ஆரோக்கியமாகத்தானே இருந்தன. "நான் பார்த்துட்டுத்தான் கிளம்பினேன், எல்லா ஸ்டேட்டஸும் ஹெல்த்தியாத்தான் இருந்தது" என்று நீலிமா சொன்னதைக் கேட்கும் மனநிலையில் ஹரீஸ் இல்லை. 'இன்று காலையில கிளம்பும்போதே நினைச்சேன், கூட இந்த ரஞ்ஜன் சார் வேற', அவளுக்கு ரஞ்ஜன்மேல் அதிகக் கோபம் வந்தது.

ரஞ்ஜன் சார் மாற்றலாகி வரும் முன்னரே கோவிந்த் "நம்ம டிரன்சிட்டுக்கு உங்க ஊர்க்காரர் வராராம்" என்று சொன்ன தினமே கொஞ்சம் திகிலாக இருந்தது. அதுவும் மண்ணச்சநல்லூர்க்காரர் என்று கேள்விப்பட்டதுமே கையைப் பிசையத் தொடங்கினாள். தினம் அம்மாவிடம் பலவற்றைப் புலம்புவதுபோல இதையும் புலம்பியபோது "நீ எதுக்கெடுத்தாலும் பயந்து சாகாத. நம்ம ஊர்க்காரங்கன்னா என்ன ஆயிடும், ஊர்க்காரங்க உடனே விசாரிச்சி வீட்டுக்கா வரப்போறாங்க. ஒன்னும் கவலப்படாத" என்று அம்மா சொல்லியும் நீலிமாவால் நிதானமாக இருக்க முடியவில்லை. கோவிந்த்கூட, இன்னொரு தமிழ்க்காரர் வந்துவிட்ட சந்தோஷத்திலிருந்தான். ரஞ்ஜன் வந்த அன்று நீலிமா சாப்பிடப் போகவில்லை. அலுவலகத்திலிருந்து கொஞ்சம் வேலை நேரம் முடியும் முன்னரே வந்தவள், சந்திரகாந்திடம் மறுநாளிலிருந்து சாப்பாடு பீரிதமிடம் கொடுத்துவிடும்படி சொல்லிவிட்டுப் போனாள்.

நான்கு நாள் கழித்து அவள் பணியிடத்துக்கே கோவிந்த், ரஞ்ஜன் சாரைக் கூட்டிக்கொண்டு வந்தான். "சார் உங்க ஊர்க்காரர்தான், நான்தான் உங்க ஊர்க்காரப் பொண்ணே இருக்காங்க வாங்கன்னு கூட்டிட்டு வந்தேன்" என்றான். வேறு வழியில்லாமல் சிரித்து வைத்தாள். சரியாக முகம் கொடுத்துப் பேசாமல் வேலையில் மூழ்கியிருப்பதுபோலப் பாவனை செய்துகொண்டிருந்தாள். ரஞ்ஜன் சாருக்கு அது என்னவோ போலிருந்திருக்க வேண்டும். கோவிந்த் மிகவும் அவரோடு ஈஷிக்கொண்டிருந்ததோடு மட்டுமில்லாமல் "என்ன நீலிமா இந்தப் பசங்ககிட்ட வாய் நிறையத் தமிழ்ல பேசமுடியுதான்னு வருத்தப்படுவீங்க. உங்க ஊர்க்காரரே வந்திருக்கார் ஒன்னும் பேசமாட்டேன்கிறீங்க" என்றான். 'என்னடா இது வம்பாப் போச்சு' என்று நினைத்தவள், மறுபடியும் ஏதோ பரபரப்பாக வேலையைப் பார்ப்பதுபோல "பீரிதம் கப்பலுக்கு இப்பத்தான் கிளம்பினான், பம்பிங் ஸ்டேட்டஸ் எல்லாம் அப் பண்ணனும். அதான்" என்றாள். ஆனால் அதெல்லாம் செய்ய இன்னும் இரண்டு மணிநேரம் தாராளமாக இருந்தது.

ரஞ்ஜன் சாரோடு கோவிந்த் நுழையும் முதல்நொடிவரை காதணி வாங்குவதற்காக மேய்ந்துகொண்டிருந்த இணைய அங்காடிகளின் பக்கத்தை மூட மறந்திருந்தாள். அதையே உற்று நோக்கிய ரஞ்ஜனின் கண்கள் கொஞ்சம் சுருங்கின. முகத்தில் கடுமை கூடியது. "கோவிந்த் நாம சாயுங்காலம் டியூட்டி முடிஞ்சி வந்திருக்கனும்" என்று சொல்லியபடி நகர்ந்தார். அன்றிலிருந்தே அவர் தன்னை ஏதாவது வம்புக்கு இழுப்பதுபோலவே இருந்தது அவளுக்கு. எதையெடுத்தாலும் நோட்டம் பார்ப்பது போல குதர்க்கமாகப் பேசுவதுபோலவே உணர்ந்தாள்.

ஒருமுறை புதிதாக வந்திருந்த விருந்தாளி ஒருவர் சாப்பிடும்போது முட்டைப் பொரியல் கேட்டார். சந்திரகாந்த் விறுவிறுவென்று சென்று முட்டையை அடித்துக் கலக்கத் தொடங்கியதை ஓரக்கண்ணால் பார்த்தபடியே மென்று முழுங்கிக்கொண்டிருந்த அவளையும், அமர்ந்திருந்த விதத்தையும், கைகள் தோசையைப் பிட்டுக்கொண்டிருந்த போக்கையும் கண்ட ரஞ்ஜன் "நீங்க என்ன வெஜிடேரியனா?" என்று கேட்டபோது என்ன சொல்வதென்று தெரியாமல் மையமாய்த் தலையாட்டி வைத்தாள். அதை ஆழ்ந்து பார்த்த ரஞ்ஜன் முகத்தில் தெரிந்த ஆழமான சிந்தனை அவளுக்குள் கலவரத்தைக் கூட்டியது. எதையும் காட்டிக்கொள்ளாமல் சாந்தமாக இருப்பதுபோல முகத்தை வைத்துக்கொண்டாள். "சந்திரகாந்த் இனிமே நீலிமா மேடம் வரும்போது முட்டை உடச்சி ஊத்தாதீங்க" என்றார். அந்த அறையில் ஆழ்ந்த அமைதி உண்டானது. தொலைவில் கேட்ட இருட்டுப் பூச்சிகளின் சத்தம் துல்லியமாகக் கேட்டது. அங்கே அவளால் அதற்கும்மேலே ஒரு நிமிடம்கூட இருக்க முடியவில்லை. வெளியில்வந்ததும் பீரிதம் "என்ன நீலிமா ஆழ்ந்த சிந்தனை" என்று ஆங்கிலத்தில் கேட்டான். அதற்கு 'ஒன்றுமில்லை' என்றுதான் பதில் சொன்னாள். கொடியல்பேல் பகவதி கோவிலிருந்து டோங்கர்கிரி பகுதிக்குச் செல்லும் குறுகிய பாதையில் இரவின் இருளில் வண்டியில் ஒளிவெள்ளம் பட்டுக் கொஞ்சம் கொஞ்சமாய்த் தெரிந்த சுவரில் மழைக்கு வளர்ந்திருந்த பாசியும் பசும்புல்லும் பார்க்க பயங்கரமாக இருந்தன.

முதல்நாள் இரவு நடந்த குளறுபடிக்கு ஏதேனும் செய்து சரிக்கட்ட வேண்டும் என்று நினைத்துக்கொண்டிருந்தவளின் கவனம் வேலையிலும் நேற்று நடந்த விஷயங்களுக்கு விளக்கம் கொடுப்பதிலுமே பாதிப் பொழுது கழிந்துவிட்டது. மதியச் சாப்பாடு முடிந்து, சிறிய நடைப்பயிற்சிக்கு வெளியே சென்றார்கள் நீலிமாவும் பீரிதமும். அந்த நடைபாதை முழுவதுமே பலவித மரங்கள் நிறைந்து காணப்படும். பெரிய பெரிய மரமல்லி

மலர்கள் உதிர்ந்து கிடந்தன. அதன் வாசனையை வைத்து மட்டுமே அந்தப் பூக்களைப் மரமல்லி மலர்கள் என்று தெரிந்து கொள்ள முடியும். அவ்வளவு பெரிய மலர்கள். இங்கே மழைக் காலத்தில் மலரும் பூக்கள் எல்லாமே வழக்கத்துக்கு அதிகமான பொலிவோடும் புஷ்டியோடுமிருந்தன. அவர்கள் நடக்கக் காத்திருந்தது போலவே ஒவ்வொரு மரமும் பூக்களையும் தேக்கிவைத்திருந்த மழைத்துளிகளையும் இறக்கிவிட்டுக் கொண்டிருந்தன. பொன்கொன்றை மரத்தருகே சென்றவள் “மழை பெய்யலைன்னாலும் நாம குடை எடுத்துட்டு வரணும் போல” என்று ஆங்கிலத்தில் சொன்னாள். பீரிதம் சிரித்துக் கொண்டான். தூரத்தில் கோவிந்தும், ரஞ்ஜனும் வருவதுபோலத் தெரிந்த உடனே “பீரிதம் வா நாம் போகலாம், மழை வந்துவிடும் போலிருக்கிறது” என்று அவசரமாய்த் தனது அலுவல்பகுதிக்கு விரைந்து செல்லத் தொடங்கினாள். “வழக்கமா நடக்கும் அளவுக்கு இன்று நடக்கவில்லையே” என்று சொன்னதைக் காதில் வாங்காதவள்போல வேகமாய் தனது அறையை நோக்கி நடக்கத்தொடங்கினாள். ரஞ்ஜன் சார் கண்டிப்பாக அவரைப் பார்த்தவுடன் தான் வேகமாய்ச் சென்றுவிட்டேன் என்பதைக் கண்டுபிடித்துவிடுவார். அதையும் பிறர் அறியச் சொல்லியும் விடுவார். இப்படித்தான் குடும்பம் வருவதாக திட்டம் இருந்த போது அவருடைய அம்மாவை உங்கள் அறையில் தங்க வைக்க முடியமா என்று கேட்டார். அதற்கு மறுநாள் நீலிமா தன் அப்பாவை வரச் சொன்னாள். அப்போது “எங்க அம்மா வந்தா தங்கறதுக்கு விடக்கூடாதுன்னு உங்க அப்பாவை வரச் சொல்லிட்டீங்களான்னு” சிரித்துக்கொண்டே விளையாட்டாய்க் கேட்டுவிட்டார். அதையே அன்று அவள் தன் அப்பாவிடம் சொன்னபோது அவர் “விளையாட்டுக்குச் சொல்லியிருப்பார் ... நீ ஏன் எல்லா விஷயங்களையும் சந்தேகத்தோடு பார்த்து மனதை அலட்டிக்கொள்கிறாய்” என்றார். ஒருவேளை அம்மாவும் அப்பாவும் சொல்வதுபோல விளையாட்டாய்த் தான் சொல்கிறாரோ? நான்தான் அதிகமாய்ப் பயப்படுகிறேனோ என்று நினைத்தாள் நீலிமா. ஆனால் அவள் உள்ளுணர்வு இவர் ஏதோ ஆராய்கிறார் என்றே சொல்லியது.

மதிய உணவு இடைவேளைக்குப் பிறகும் முதல்நாள் தவற விட்டுவிட்ட பணி சார்ந்த பல விளக்கங்களையும் அழைப்பு களையும் நீலிமாவால் தவிர்க்க முடியவில்லை. காலையில் எதிரே வந்த ஸ்கூட்டர்க்காரனை மறுபடி நினைத்துப் பார்த்தாள். அவன் மட்டும் வராமல் இருந்திருந்தால், காலையில் இன்னும் விரைவிலேயே சென்று உணவருந்தி வந்திருக்கலாம். அறை சுத்தமாகும்வரை ரஞ்ஜன் சார் உணவு மேசையருகே

வரமாட்டார். அதற்குள் தினமும் சாப்பிட்டுக் கிளம்பிவிடுவதைப் போலக் கிளம்பியிருக்கலாம். ரஞ்ஜன் சார் வாயில் விழாமல் இருந்திருக்கலாம். மறுபடி மறுபடி இதே நினைவுதான் வந்து வந்து போனது. எண்ணெய் சேமிப்புக்கலன் ஒன்றில் ஏறி அதன் வால்வுகளின் நிலையறிக்கையை எடுக்கத் தனது அறையை விட்டு வெளியே வந்தாள். ராட்சச எண்ணெய் சேமிப்புக்கலனில் சுழன்று ஏறிய மெல்லிய படிக்கட்டுகளில் மெல்ல ஏறினாள். சூரிய ஒளி கண்களைக் கலங்கடித்தது. கருப்புக்கண்ணாடியை மறந்துவிட்டு வந்திருந்ததால் கண்களில் நீர் வழிந்தது. மழைக்காலம் என்பதால் கொஞ்சம் பரவாயில்லை, வெப்ப நாட்களில் இந்தக் கலன்களில் ஏறியிறங்குவதற்குள் மூச்சடைத்துப்போகும். அங்கிருந்து பார்க்கப் பெருங்கடல் வெளிர் நீலமாய் நீண்டிருந்தது. செயற்கையாக ஆழப்படுத்தப்பட்ட பகுதியில் அலைகளின் பரபரப்பு எதுவுமில்லை. ஆனால் நீரில் கப்பல்கள் அவள் மனதைப்போலத் ததும்பிக் கிடந்தன. மிதக்கும் கப்பலை என்றுமே ஆற்றுப்படுத்த முடிவதில்லை என்று நினைத்துக்கொண்டாள்.

கப்பல்களை இணைக்கும் தரைத்தளங்கள் போலிருந்த பகுதியும் மிதவையாய்த் திரிந்துகொண்டிருந்தன. அதன் வழியே நிறுவனத்துக்கு வந்துசேரும் பெரிய பெரிய குழாய்களில் தடதடவென ஓடிவரும் எண்ணெய், கடல் இசைக்கும் ரம்மிய மான ராகத்தை இடையறுத்துக்கொண்டிருந்தது. வெளியில் பார்த்தபோது கடற்கரையில் தளும்பி நின்ற படகொன்றில் மயில்கள் அமர்ந்திருந்தது தெரிந்தது. படகு நுனியில் அமர்ந்திருந்த அந்த மயிலின் தோகை பரவிக் கடல்வரை மிதந்துகொண்டிருந்தது. இன்னொரு மயில் படகிலிருந்து தரைத் தள மிதவைகளில் மேலிருந்த குழாய் அமைப்புக்கும் செல்ல எட்டிப் பார்ப்பதும் அங்கே அந்தக் குழாய் ஏற்படுத்தும் ஒவ்வொரு ஓசைக்கும் பயந்து படகின் அடுத்த முனைவரை நடப்பதுமாக இருந்தது. ஒவ்வொரு முறையும் அந்தச் சத்தம் நின்றுவிடாதா என்று பார்ப்பதும் ஏமாற்றமடைந்து திரும்புவதுமாக இருந்தது. எண்ணெய் ஓடும் வேகத்திற்கேற்ப அந்த எண்ணெய்க் குழாய்கள் சிறு அலைகள்போல எழும்பி எழும்பி விழுந்தன. மிதவையும் அதே வேகத்தில் அதிர்ந்தது. அசையும் நகரும் நிலைமாறும் மிதவையையும் எண்ணெய்க் குழாயையும் பதற்றமாக அந்த மயில் உணர்வதை அவள் பார்த்தாள். பீரிதம் சில சமயம் மயில்களுக்கு ஏதேனும் தானியம் எடுத்துக்கொண்டு போய் போடுவான். அந்தக் குழாய்களே மலைப்பாம்புகள் போன்ற வடிவம் கொண்டவை. அந்த மயில்கள் குழாய்களையோ அதன் மேலுள்ள சுருள்வளைவுகளைப் பாம்புகள்போல் எண்ணிக் கொத்திப் பார்க்கக் காத்திருக்கின்றனவோ என்று சொல்வான்

பீரிதம். பாம்புகளைத் தேடி மயில்கள் திரியுமிடம் நிலத்திலிருந்து கடலுக்கு எப்போது மாறியது என்று நீலிமா கிண்டல் செய்வாள். ஆனால் தற்சமயம் அந்த மயில்களைப் பார்க்கப் பரிதாபமாக இருந்தது. உணவின்பொருட்டு இடம்மாறும் ஒவ்வொரு உயிருக்கும் எத்தனையோ பயங்கள். எண்ணெய் சேமிப்புக் கலன்கள் ஆரோக்கியமாக இருப்பதை உறுதிசெய்துகொண்டு இறங்கி வரும் போது கிட்டதட்ட மாலைத் தேநீர் நேரம் நெருங்கியிருந்தது. தேநீர் குடிக்க நிறுவனத்துக்குள் நடத்தப்படும் சிற்றுண்டிச் சாலைக்குச் செல்லாமல், இருக்கைக்கே தருவித்து அதனை மெல்ல உறிஞ்சிக்கொண்டே எல்லாத் தகவல்களையும் அனுப்ப வேண்டிய அறிக்கை வடிவத்தில் மாற்றிக்கொண்டிருந்தாள். நீண்ட நேரம் வேறுவிவாதங்களில் விரயமானதால் தினப்படி பதிவு செய்ய வேண்டிய விஷயங்கள் சாயங்காலம் வேலை நேரம் தாண்டியும் நீடித்தது.

இரவு உணவுக்கு நேராக விருந்தினர் மாளிகை வரும்போது கொடியல்பேல் பகவதி கோவிலின் இரவுப் பூசைக்கான மணி ஒலித்தது. மங்கல ஆரத்தி எத்தனை முறை தரிசித்தாலும் மறுபடி மறுபடி ஈர்க்கும். மறுநாள் வரலட்சுமி பூஜை வேறு கூட்டம் அலைமோதியது. இந்தத் தொற்றுக் காலத்திலும் மக்களுக்குத் தெய்வ பக்தி மட்டும் குறையவே இல்லை என்று நினைத்துக் கொண்டாள். அம்மா ஊரிலிருந்து வரலட்சுமி நோன்புச் சரடு கொடுத்திருந்தாள். சிறு சிறு செண்டுகளாகக் கட்டப்பட்ட சம்பங்கி, வாடாமல்லி இலைகள், வாடாமல்லிப் பூக் கொண்ட மலர்க் கொத்தினைத் தலையில் சூடிக்கொண்டாள் நீலிமா. மங்களூரில் வரலட்சுமி நோன்பு மிக விசேஷம், வரலட்சுமி விரதம் மட்டுமல்ல எல்லாத் திருவிழாக்களும் இங்கே திருமண நிகழ்வுபோல விமரிசையாகவும் பிரம்மாண்டமாகவும் இருக்கும். துரத்தப்பட்டவர்களின் அடையாளம் வீறுகொண்டு எழுந்த இடம் மங்களூர், ஆனந்த் சார் அதைப்பற்றி அடிக்கடி சொல்வார். கோவாவில் போர்ச்சுகீசுகள் வந்திறங்கித் தனது காலனியைத் தொடங்கியபோது அங்கிருந்த பிராமணர்கள் மதம் மாற வேண்டிய வற்புறுத்தல்களிலிருந்து தப்பிக்க ஓடிவந்து அடைக்கலமான இடம் மங்களூர். இங்கிருக்கும் மலையாளிகளில் பலர் அசல் மலையாளிகள் இல்லை கொங்கனிகள் என்பார் அவர். ஆனந்த் சார் கதை சொல்ல ஆரம்பித்தால் ஒருமணிநேரத்துக்குக் குறையாமல் சொல்வார். சில நூறு ஆண்டுகளுக்கு முன்னர் நிகழ்ந்த சரித்திரம் இன்றைய வாழ்க்கையிலும் ஊடுபிரதியாகப் பாவுவதை யோசிக்க ஆச்சரியமாக இருக்கும். ஒருவிதத்தில் அந்நியப்பட்டவர்களின் நிலம் மங்களூர். 'தானும் தன் அடையாளம் தொலைத்து வந்ததால் இந்த இடம் தனக்கும் அடைக்கலம் கொடுத்திருக்கிறதோ' என

யோசிப்பாள் நீலிமா. கோவிலில் வயதான ஒருவர் கண்கலங்கி நின்றுகொண்டிருந்தார். ஒவ்வொருவருக்கும் ஒவ்வொருவிதமான பிரச்சினைகள்.

அம்மாவுக்கு எல்லா வழிபாடும் வருடம் தவறாமல் நடைபெற வேண்டும், விட்டால் ஒரு வருஷம் காத்திருக்கனும் அதுவரை அய்யோ முறைப்படி அன்னிக்கி பூஜை செய்யாம விட்டமே அதுதான் இப்படி ஏடாகூடமாகுதோன்னு ஒவ்வொன் னுக்கும் தோணும் என்பாள். அதைக் கேட்டுக் கேட்டு வளர்ந்தவள் எல்லாப் பூஜைகளையும் வீட்டோடு செய்துவிடுவது வழக்கம். கடந்த இரண்டு வருடங்களாக நீலிமாவை உன்னிப்பாகக் கவனிப்பதில் யாருக்கும் அக்கரையில்லை. ஆனால் சமீபமாக ஒரு நாள் ரஞ்ஜன் சார் "உங்க அப்பா அம்மா லவ்மேரேஜா" என்று கேட்டார். திடுக்கிட்டு இல்லை என்று பதிலளித்ததற்குப் பதிலாக ஆமாம் என்று சொல்லியிருக்க வேண்டும் எனப் பிறகு யோசித்தாள். சிலசமயம் சமயோசித புத்தி வேலை செய்வதில்லை. அம்மா அதைத்தான் 'நிதானம் பிரதான'மென்று அடிக்கடி சொல்கிறாள். அவருக்கு ஏன் இந்த சந்தேகம் வந்தது. அலுவலகக் கோப்புகளை எதுவும் பார்த்தாரா? அப்படியிருக்க வாய்ப்பில்லையே நிறுவனம் அனுமதிக்காதே. அதிகம் யோசித்தால் குழப்பமும் தலைவலியுமே வரும்.

பீரிதம் வருவதற்கு நேரமாகும் என்று சொல்லிவிட்டிருந்தான். அவனுக்கு இரவுப் பணியாக இருக்கலாம் ஒருவேளை. அதனால் வீட்டுக்கு வந்து கொஞ்சம் ஓய்வெடுத்து விட்டுப் போகும் அவகாசம் மட்டுமே இருக்கக்கூடுமென்று அவனுக்கு இரவு உணவை டப்பாவில் கட்டி எடுத்துக்கொண்டு வரச்சொல்லி யிருந்தான். ரஞ்ஜன் சார் அவருடைய மனைவி இரவு வருவதாக இருந்ததால் மனைவியை அழைத்துவர வெளியே போயிருப்பதாக சந்திரகாந்த் சொன்னார். அப்பாடா என்று நிம்மதியாக இருந்தது. தோசை சூடா இருக்கு மேடம் என்று அமரச் சொன்னார் சந்திரகாந்த். இவர் எப்போதுமே இப்படித்தான் பெறுமானம் இல்லாத பண்டத்துக்குச் செய்யும் விளம்பரம் அதிகம் என்று யோசித்துக்கொண்டே அமர்ந்தாள். இரண்டாம் தோசை உண்ணும்போது வயிறு அடைப்பது போலிருந்தது. வீட்டில் அம்மா ஊத்தித் தரும்போது நான்குக்குக் குறையாமல் சாப்பிட முடியும். நிலமை சரியாகட்டும் வீட்டிலேயே சமைக்க ஆரம்பிக்கலாம் என்று யோசித்துக்கொண்டே, அடுத்து எடுத்து வரும் தோசையோடு போதும் என்று சத்தமாகச் சொன்னாள். சந்திரகாந்த் அவசரமாய்க் கொண்டுவந்த தோசை தட்டைத் தாண்டி மேசையில் விழுந்தது. "சாரி மேடம் பேறே கொடுத்தினி" என்று அவசரமாய் அதை எடுக்கப் போனார். "பரவாயில்லை

லாவண்யா சுந்தரராஜன்

அதையே போடுங்கள்” என்றபோதும் மிகவும் வருத்தப்படுவது போன்ற பாவனையோடு வேகவேகமாய் மேசை மீது விழுந்த தோசையை எடுத்துக்கொண்டு உள்ளே போனார் சந்திரகாந்த். அதைத் தட்டில் வைத்துவிட்டு, மெல்லத் திரும்பிப் பார்த்தார். நீலிமாவின் கண்கள் அவரைப் பின்தொடர்வதை அவர் உணர்ந்து விட்டார் என்ற நிமிடம் நீலிமா பார்வையை வேறுபக்கம் திருப்பிக் கொண்டாள். அடுத்த தோசையைக் கொண்டுவந்து போட்ட சந்திரகாந்த் பீரிதமுக்குக் கட்டித்தரத் தோசைகளை வார்க்கத் தொடங்கினார். காதுகளை உன்னிப்பாய்த் தீட்டிய நீலிமா இரண்டாம் தோசை ஊற்றி முடித்த உடன் தட்டில் முன்னரே வைத்திருந்த மேசை மேல் விழுந்த தோசையையும் எடுத்து வேகமாய் டப்பாவுக்குள் திணித்ததைக் கவனித்தாள். அப்படிச் செய்யும் முன்னர் நீலிமா சாப்பிட்டுக்கொண்டு இருக்கிறாளா என்று பார்த்துக்கொண்டே செய்ததையும் நீலிமா ஓரக்கண்ணால் கவனித்தாள். இன்னும் ஒரு தோசையையும் ஊற்றி டப்பாவில் அடைத்துக்கொண்டு வந்து நீலிமா அருகில் வைத்துவிட்டு அப்பாவிபோலச் சுவரில் சாய்ந்துநின்றார் சந்திரகாந்த்.

வீட்டுக்குப் போனபோது பீரிதம் இன்னும் வரவில்லை என்று தெரிந்து முகம் கைகால் அலம்பினாள். பீரிதமுக்கு விவரமாகத் தகவல் அனுப்பி, ‘அலுவலகத்தில் ஏதேனும் கிடைக்கிறதென்றால் வாங்கிக்கொள் இல்லாவிட்டால் சொல் என் வீட்டு உரிமையாளர் அம்மாவிடம் ஏதாவது செய்துதரச் சொல்கிறேன்’ என்று தகவல் அனுப்பினாள். இருபது நிமிடம் கழித்து வந்த பீரிதமிடம் “அவர் எனக்குப் போட்டிருந்தாக்கூட பரவாயில்ல” என்று நீலிமா சொன்னதும் பீரிதமுக்கு எங்கிருந்து தான் அவ்வளவு கோபம் வந்ததோ தெரியவில்லை. அவனால் பேசக்கூட முடியவில்லை. பெரிய அவமானமாக இருந்தது. அவனுக்கு ஒன்றும் பேசத் தோன்றவில்லை என்பதுபோல நின்றான்.

“காசு குடுத்துத்தானே சாப்பிடறோம். அதுவும் இப்படி வைரஸ் பரவிட்டு இருக்க டைம்ல பண்ணக் கூடாதுல்ல” என்றாள் நீலிமா.

“சந்திரகாந்த்க்கு ஒரு பாடம் கத்துக் கொடுக்கணும்.”

“ஏற்கனவே ஹரீஸ்கூட சொன்னார், நைட் மிச்சமான சாப்பாட்டை ப்ரிட்ஜ்ல வைச்சிருந்து மறுநாள் சித்தரன்னம் பண்ணிக்கொடுத்தார்ன்னு” அந்த வார்த்தைகள் அவனுக்கு மேலும் கோபத்தைத் தூண்டிவிடுமென்று நினைத்தாள் நீலிமா.

“இனிமே நாம யாரும் அங்க சாப்பிடப் போக வேண்டாம். நான் கோவிந்த், ஹரீஸ் கிட்டயும் சொல்றேன்.”

இந்த வார்த்தைகளைத்தான் கேட்க நினைத்தவள்போல ஆசுவாசமடைந்தாள் நீலிமா. ஆனால் சாப்பாட்டுக்கு என்ன செய்வது என்ற கவலையும் இருந்தது. வெளியே ஹோட்டல்களில் இந்தக் காலகட்டத்தில் எதுவும் வாங்கவும் முடியாது. நிறுவனமே அந்தத் தடையை விதித்திருக்கிறது. அதையே திரும்பக் கேள்வியாக பீரிதமிடம் கேட்டாள்.

“கம்பெனி கேன்ட்டீன்ல சாப்பிட்டுக்கலாம் அங்கே நைட்க்கு பேக் பண்ணிக்கலாம்.”

“அது நல்ல ஐடியாதான். ஆனா சந்திரகாந்த் ப்ளேஸ்ல கொஞ்சம் ஹோம்லியா இருக்குமேன்னுதானே அங்கே போய்ட்டு இருந்தோம்.”

“அவர் ஒன்னும் ஹோம்லியா பண்றதில்ல, ரொம்ப வொர்ஸ்ட், எண்ணெய் அதிகம், அப்பறம் மாவு கூட ஒரு மாசத்துக்கு ஆட்டி டீப் ஃபிரிஸ்ல வச்சிட்ரார்.”

“ஆனா நமக்கு வேறவழியும் இல்லை” என்றாள் நீலிமா.

“சரி மறுபடி யோசிக்கவே தேவையில்ல இனிமே நாம அங்க போகவேண்டாம். அட்லீஸ்ட் நான் போகப்போறதில்லை” என்றான் பீரிதம்.

மறுநாள் காலையில் எழுந்ததும் சிறிய அளவில் பூஜை செய்து நோன்புச் சரடைக் கட்டிக்கொண்டு புதிய புடவையை எடுத்து உடுத்திக்கொண்டு அலுவலகம் கிளம்பிச் சென்றாள். பீரிதம் இரவுப்பணி தொடரச் சென்றிருந்தான். அவனிடம் காலை உணவை வாங்கி அலுவலக மேசையில் வைக்கச் சொல்லித் தகவல் அனுப்பியிருந்தாள். என்றைக்குமில்லாத இலகுவான உணர்வு அவளுக்கு அன்று இருந்தது போலிருந்தது. அலுவலகம் சென்று காலைச்சிற்றுண்டியை முடித்துவிட்டுக் காலை அறிக்கை எடுக்கக் கிளம்பினாள். இன்று மேலே ஏறிப்பார்க்க முடியாது, யாரை ஏறிக் குறிப்புகளை எடுத்துவரச் சொல்வது என்று தேடிக்கொண்டிருந்தபோது ரஞ்ஜன் சார் அவருடைய பணியிடத்திலிருந்து வேகமாய் வந்தார்.

“என்ன நீலிமா, பீரிதம் சொன்னான், நேத்து நைட் சந்திரகாந்த் ஏதோ குளறுபடி பண்ணிட்டானாமே? என்ன ஆச்சு. காலைல பசங்க யாருமே வர்ல சாப்பாட்டுக்கு என்ன பண்ணீங்க?”

“அது ஒன்னுமில்ல சார். சின்ன விஷயம் தான் ஆனா பீரிதம் தான் கொஞ்சம் சீரியஸ் ஆயிட்டான்.”

"என்ன இன்னிக்கி புடவையெல்லாம்."

"..."

"அட கையில் நோன்புச் சரடு, உங்க வீட்டுலகூட வரலட்சுமி நோன்பு எடுப்பாங்கல என் வைப் அதுக்குதான் வந்திருக்கா, தெரிஞ்சிருந்தா கூப்பிட்டு வெத்தல பாக்கு கொடுத்திருப்பா."

"இல்ல சார், இல்ல எங்கவீட்டுல எல்லாம் கூப்பிட மாட்டோம்" என்று அவசரமாக மறுத்தாள் நீலிமா.

"..."

"அது எங்க ஹவுஸ் ஓனர் ஆண்ட்டி கன்னிப்பொண்ணு நோன்புச் சரடு கட்டனும்ன்னு சொல்லி கட்டிவிட்டாங்க" என்றாள். நம்பிக்கையில்லாமல் ரஞ்ஜன் யோசிப்பதை உடனடியாகத் திசை திருப்ப வேண்டுமே என்று யோசித்தவள் "சார் உங்க அசிஸ்டண்ட அனுப்ப முடியுமா மேல? ஹெல்த் ரிப்போர்ட் ரீடிங் பார்க்கனும். புடவை கட்டிட்டு ஏர்றது ரிஸ்க்" என்றாள்.

"சரி நீங்க ஜாயின் பண்ணி இரண்டு வருஷம் முடிஞ்சிடுச்சே. இன்னும் ஏன் கன்பார்ம் ஆகல?"

திக்கென்று சரியாக மாட்டிக்கொண்டதுபோல இருந்தது. ஆனால் முகத்தில் எந்த உணர்ச்சியையும் காட்டிக்கொள்ளாமல் இப்ப கொரோனா டைம் அதனால டிலே ஆகுதோ என்னவோ."

"இல்லை என் பிரண்ட் ஒருத்தன் சர்ட்டிபிகேட் போட்டு வேலைக்கு வந்தவன். கேஸட் வெரிபிகேஷன்ல கன்பர்மேஷன் டிராப் ஆகறாப்புல ஆயிடுச்சி."

"..."

"நான் யூனியன்ல சொல்லித்தான் சால்வ் பண்ணேன். அப்படி ஏதாவது சிக்கல்ன்னா சொல்லுங்க யூனியன்ல பேசலாம்."

இப்படி வெகு சாதாரணமாகச் சொல்லிவிட்டு அங்கிருந்து ரஞ்ஜன் கிளம்பிச் சென்றுவிட்டார். நீலிமாவுக்கு கிட்டத்தட்ட நடுக்கம் எடுக்கத் தொடங்கியது. இவர் நிஜமாய் உதவிசெய்யக் கேட்கிறாரா அல்லது என்னிடமிருந்து வாயைப் பிடுங்கப் பார்க்கிறாரா? யூனியனில் சொல்லிச் சரிசெய்தாராம் சுத்த ஹம்பக், ஒருவேளை அப்படியெல்லாம் நடக்க வாய்ப்புண்டா? இவர் எதற்கு இங்கே மாற்றலாகி வந்தார். அப்படி என்னதான் அக்கறை என்மேல் இவருக்கு. தினம் ஏதேனும் டென்சன்

கொடுக்கிறாரே. அடுத்தமுறை சொந்த விஷயங்களில் தலையிட வேண்டாமே என்று உறுதியாக சொல்லிவிடலாமா? இவரே பிரச்சினை செய்துவிட்டால் என்ன செய்வது. கடலில் கொஞ்ச தூரத்தில் தெரிந்த படகு அசைந்து தடுமாறுவது போலிருந்தது. அதன்மீது மழையும் பொழியத் துவங்க படகின் அலைதல் இன்னும் கூடியது. நீலிமா அந்த மழையின் அலைச்சலுக்குத் தப்பித்து எங்காவது ஒதுங்க வேகமாக நடந்தாள்.

ஓலைச்சுவடி

3

முகை

ஸ்ரீராம் திரையரங்கத்திலிருந்து மாலைக் காட்சி தொடக்கத்தை உணர்த்தும் பாடல் காற்றைக் கிழித்துக்கொண்டு தா.பேட்டை நெசவாளர் காலனியருகே இருந்த மைதானத்தில் விளையாடிக்கொண்டிருந்த பிள்ளைகளின் கவனத்தை ஈர்த்தது.

“ராம் கொட்டாயில பாட்டு போட்டுட்டான்டி, மணி ஆறேகால் மேல ஆச்சுடி. அம்மா தேடுவாங்க” என்று தன் வீடிருக்கும் குறுக்குச் சந்தைப் பார்த்தாள் மல்லிகா. அவள் அம்மா கூட்டுவீட்டுக்கு வெளியே வந்து தலையை மைதானத்தை நோக்கித் திருப்புவது தெரிந்ததும் வேகமாய் ஓடத்தொடங்கினாள்.

ஆடிக்கொண்டிருந்த சில்லாங்கல் ஆட்டத்தில் ஜெயிக்கும் நிலையில் இருந்த சுதாவுக்குப் படுகோபம் வந்தது. “இந்தப் பிள்ள எப்பவும் இப்படித்தான் நான் ஜெயிக்கிறதப் பார்க்க சகிக்காது. நாளைக்கு முத ஆட்டம் நான் ஆடறேன்னு பிடிவாதமா சொல்லிடனும்” என்று முணுமுணுத்தபடி ஆட்டத்தை நிறுத்தினாள்.

ஏற்கெனவே தோற்றுவிட்டு அவர்களை வேடிக்கை பார்த்துக்கொண்டிருந்த மாதவி “என்னடி முணுமுணுங்கிற” என்றாள். இருவரும் தத்தம் வீட்டை நோக்கி நடக்கத் தொடங்கினர்.

வழியில் தலையாட்டிச் சிரித்துக்கொண் டிருந்த தாத்தாத் தலைப்பூ மெலிந்து நீண்ட காம்பின் மேலே சிறிய வடிவச் சூரியகாந்திபோல

மலர்ந்திருந்தது. சுதா அந்தக் கொடிகளைப் பிடுங்கினாள். “தாத்தா தாத்தா காசு குடு தர்லைன்னா உன் தலய வெட்டுவன்” என்று சொல்லி அந்தப் பூவைத் தட்டினாள். அது வெட்டப்பட்ட தலைபோல உருண்டு ஓடியது. பூத்துச் சிறு சிறு நட்சத்திரப் பஞ்சு போலிருந்த தாத்தாத்தலைப் பூச்செடியைக் கையில் எடுத்தாள் மாதவி.

“அது நல்லா பூத்த தாத்தாத்தலை வெட்டினா வெட்டாது.”

“இத ஊதி விளையாடலாமே” என்று பழிப்புக் காட்டினாள்.

சுதாவுக்குக் கோபம் வந்தது. சுதா வீட்டுக்கு வரும் வழியில் சின்னஞ்சிறு கற்களை எத்திக்கொண்டே வந்தாள். தெருவில் பாவு போட்டு முடிந்திருந்த அடையாளங்கள் இருந்தன. ஆங்காங்கே பசை சிந்தியிருந்த வெண்புள்ளிகளில் கால்வைத்து வரைந்து கோலம் போடுவதுபோலச் செய்துகொண்டிருந்தாள் மாதவி. மாதவி வீடும் சுதா வீடும் அருகருகே இருந்தது. மல்லிகா அவர்களைவிட ஒருவயது மூத்தவள். மூவரும் ஒரே பள்ளியில் படித்தனர்.

“ஏய் குட்டிப் பிசாசே எங்கடி ஊர் சுத்திட்டு வர, ஸ்ரீராம்ல கடைசிப் பாட்டு போட்டு உள் ரெக்காடு போட்டாங்க, எங்க போன இவ்வளவு நேரம்?”

“அய் அக்கா எப்ப வந்த காலேஜ்ல இருந்து?”

“ஏய் என்னடி கால்ல ரத்தம்” என்று கேட்டதும்தான் காலைப் பார்த்தாள் சுதா. “லைட் கம்பத்துல மோதிட்டேன்க்கா” என்று சொல்லிச் சிரித்தாள். பதறிப்போன அக்கா சுதாவின் கையிலிருந்த தாத்தாச்செடியின் இலையைக் கசக்கி அவளுடைய நகத்தில் விட்டாள். கல்லில் அடிபட்டுக் கொஞ்சம் பெயர்ந்திருந்த கால்விரல் நகம் அருகே திகுதிகுவென்று எரிவது போலிருந்தது. நல்லவேளை நான் கல்லெத்தி விளையாடி வந்ததைச் சொன்னா அக்கா நல்லா திட்டிடுவா, ஆனா எப்படிக் காயம் ஆச்சு என்று யோசித்துக்கொண்டிருந்தாள்.

“என்ன யோசனை, அம்மா பார்த்தா முதுகுல நாலு வைப்பாங்க. ஓடிப் போய் கால கழுவிட்டு வா.”

வேகமாய் கிணற்றடிக்கு ஓடினாள் சுதா. அம்மா வண்ணாத்தியிடம் சுதாவின் வெள்ளைச் சீருடையைக் காட்டி “என்ன வெள்ளையம்மா என் பிள்ள உடுப்பை ருதுவானங்க வீட்டுக்கு எடுத்துட்டுப்போய்க் கொடுக்காதேன்னு உனக்கு சொல்லியிருக்கேன்ல, இது வெள்ள உடுப்பு வேற. இதுல பொட்டுப் பொட்டா கற பட்டிருக்கு பாரு.”

“அய்யா அம்மா உங்கூட்டுத் துணிய தீட்டு வீட்டுக் கெல்லாம் எடுத்துட்டு பொவேனுங்கலா... அதுவும் இது அர பாவாடம்மா. வெள்ளத் துணி வேற. அப்படியெல்லாம் நான் செய்யமாட்டேனுங்க. பாப்பா பெரிய மனுஷியாவற நேரம் வந்துடுச்சி”

“இந்த வாயக்கழுவு. என்ன வார்த்த சொல்லிட்ட, அதுக்கென்ன, இப்பதான் பன்னெண்டு நடக்குது. விளையாட்டுப் பிள்ள. இன்னும் ரெண்டு வருஷமாவது ஆயிடாது. ஏற்கனவே வயசுக்கு வந்து இருக்கறதோட பொறுப்பே தலமேல கிடக்கு. நீ வேற...”

“நம்ம காலம் மாறி இல்ல தாயி. இப்பல்லாம் பிள்ளஹ பதிமூணு வயசுல ஆயிடாறாங்கம்மா. அதிகம் சாயங்கால மெல்லாம் வெளில அனுப்பாதீங்க. வழியிலயே எங்கேயும் ஆயிட்டா, காத்து கருப்பு அடிச்சிக் கலங்கிப்போயிடும். அப்படித்தான்... கோடி வீட்டு மரகதத்தம்மா பொண்ணு இல்ல...”

“அய்யோ நீ ஊரு கத, பேய் கத எல்லாம் சொல்லாத. பீதியா இருக்கு. நான் சொல்லிட்டேதான் இருக்கேன். அதெங்க கேட்குது சாயங்காலமான சில்லாங்கா ஆடப் போயிட்டு. கொட்டாயில கடைசிப் பாட்டுப் போடும்போதுதான் வருது.”

“பாத்துக்கங்க”

சுதாவுக்குத் தன்னைப் பற்றித்தான் பேசுகிறார்கள் என்பது புரிந்தது. சாயுங்காலம் இருட்டில் போனா எதுக்குக் காற்றுக்கருப்பு அடிக்குமென்று குழப்பமாக இருந்தது. பயமாகவும் இருந்தது. இனிமேல் மல்லிகாவுக்கு முன்னர் கிளம்பி வீட்டுக்கு ஓடி வந்துவிட வேண்டுமென்று நினைத்துக் கால்விரல்களைத் தேய்த்துக் கழுவினாள். வரும்போது இனிக் கல்லெல்லாம் எத்தக் கூடாது. காயம் பெரிதாகப் பட்டு நிறைய ரத்தம் வந்தால் என்று நினைக்கும்போதே பயமாக இருந்தது. காயத்திலிருந்து உதிரம் கசிவது குறைந்திருந்தது. குளிர்ந்த நீர் பட்டதும் சுர்ரென வலித்தது. எப்படி அடிபட்டிருக்கும் என்று மறுபடி யோசித்தாள். அவளுக்கு எதுவும் பிடிபடவில்லை. அப்போது கிணற்றடிக்கு வந்து முதலில் பயற்றம்பருப்பு மாவில் முகத்தை நன்றாகத் தேய்த்துக் கழுவிவிட்டு, பின்னர் லக்ஸ் சோப்பு போட்டு அத்தனைமுறை முகத்தைத் தேய்க்கும் அக்காவையே பார்த்துக் கொண்டிருந்தாள்.

“எதுக்கு இத்தன வாட்டி முகத்தப் போட்டுத் தேய்க்கிறக்கா?”

“ஹும் மண்ணாங்கட்டி. உள்ள போய் வீட்டுப் பாடம் எழுதுடி.”

அவள் வீட்டுக்குள் போகாமல் அக்காவையே பார்த்துக் கொண்டு நின்றாள். அக்கா மறுபடி மறுபடி முகத்தைத் தேய்த்துக் கழுவிக்கொண்டிருந்தாள். இன்னும் எவ்வளவு நேரம்தான் கழுவுவாள் என்று பொறுமை நீங்கி அங்கிருந்து வீட்டுக்குள் நுழையும்போது “ஏய் சாந்தா சோப்ப கரச்சது போதும் சட்டுபுட்டுன்னு மூஞ்சி கழுவிட்டு, தலசீவி விளக்கேத்திட்டு வந்து இந்த வெங்காயத்த உரி” என்றாள் அம்மா.

“ஏய் சுதா, நீ இன்னிக்கி கொஞ்சம் வெங்காயம் அக்காகூட உரி என்ன?”

“வெவ்வெ போ நீ உரி” என்று சொல்லிக்கொண்டே உள்ளே ஓடினாள் சுதா.

“ஏய் நில்லுடி. நான் உனக்கு கணக்கு சொல்லிக் குடுக்கறேன் கொஞ்சம் ஹெல்ப் பண்ணுடி.”

ஒரு நிமிடம் யோசித்துவிட்டு “பத்து வெங்காயம்தான் உரிப்பேன். மீதி நீதான் உரிக்கணும்.”

“சரி பட்டு. . . அக்கா தலைவாரிட்டு, துளசிக்கு விளக்கு வைச்சிட்டு வரவரைக்கும் உரிச்சாப் போதும்.”

அக்கா இன்னும் முகத்தைக் கழுவி முடிக்காமலே சுதாவுடன் பேசிக்கொண்டிருந்தாள். நான்காம் முறையாகக் கொஞ்சம் பச்சைப்பயறு மாவைப் பூசிக் கழுவினாள், மீண்டும் ஒருமுறை சோப்பைத் தேய்த்தாள். அதற்குள் வாளியில் தண்ணீர் தீர்ந்துபோயிருந்தது, கண்களில் இருந்த சோப்பு நுரையை வழித்து எறிந்தாள், “சுதா, இங்க வந்து கொஞ்சம் தண்ணி எறச்சி குடுடி.”

“போக்கா சும்மா சும்மா வேலை வைக்கிற நானே கணக்கு படிச்சிக்கிறேன்.”

“ஏய் கையெல்லாம் சோப்புடி, கொஞ்சம் தண்ணி எடுத்து குடு, கண்ணு செல்லமில்ல.”

ஏதோ முனகிக்கொண்டே வந்து தண்ணீரை இறைத்துக் கொடுத்து உள்ளே சென்று மறுபடி வெங்காயத்தை உரிக்கத் தொடங்கினாள். அவள் சொன்ன கணக்கும் மேல் வெங்காயத்தை உரித்து முடித்தும் அக்கா இன்னும் தலைவாரிப் பூச்சூடி முடிக்கவில்லை.

“சுதா ஓடிப்போய் பாலு ஸ்டோர்ல கொஞ்சம் கடுகு வாங்கிட்டு வா.”

“போம்மா காலைல கல்லுப்பு வாங்கிட்டு வரச்சொன்ன. இப்ப கடுகு வாங்கிட்டு வரச்சொல்ற, அக்காவ வாங்கிட்டு வரச்சொல்லு.”

“ஏய் அவ கிடக்கிறா சோம்பேறி. நீ சின்னவதானே சிட்டாட்டம் ஓடிட்டு வா.”

இந்த அம்மா இப்படித்தான். எப்போது பார்த்தாலும் சுதாவை ‘சின்னப்பொண்ணு சின்னப்பொண்ணு’ என்று ஒரு நாளைக்கு நாலு வெளிவேலைகளைக் கொடுப்பாள். வீட்டில் எல்லோரும் எங்காவது ஒன்றாகக் கிளம்பினால் கண்படு மென்று, சுதாவை முன்னால் ஓடச்சொல்லிவிட்டு, அக்காவுடன் மட்டும் சிரித்துப் பேசிக்கொண்டு நெருக்கமாக வருவாள். ஆட்டோவில் உட்காரும்போதுகூட ‘நீ சின்னவதானே’ என்று கம்பியில் அமரவைப்பாள். என்னை ஏன் அக்காவுக்கு முன்னர் பிறக்க வைத்திருக்கக் கூடாது கடவுளே என்று சுதாவுக்கு எப்போது பார்த்தாலும் கோபம் கோபமாக வரும். ஆனாலும் ஒவ்வொரு முறை கடைக்குப் போகும்போதும் ஒரு ஆரஞ்சுமிட்டாய் வாங்கிக்கொள்ளும் சலுகையிருந்தது. அது ஒன்று அவளுக்குக் கொஞ்சம் ஆறுதல். சிறிய ஆரஞ்சுச்சுளை போலவே இருந்த ஆரஞ்சு மிட்டாயை வாயில் அதக்கிக்கொண்டு கோன் வடிவில் காகிதத்தில் சுருட்டிக் கொடுக்கப்பட்ட கடுகுப் பொட்டலத்தைப் பத்திரமாய்ப் பிடித்துக்கொண்டு வீடு நோக்கி ஓடினாள். வழியில் முதல் நாள் ஒட்டியிருந்த ’அபூர்வ சகோதரர்கள்’ திரைப்படச் சுவரொட்டி கிழிந்து தொங்கிக் கொண்டிருந்தது, அதன்மேல் ’தங்கமகன்’ சுவரொட்டியை ஒட்டியிருந்தார்கள். ஒரு நிமிடம் அந்தச் சுவரொட்டியைப் பார்த்தவள், சட்டெனத் தலையை ஆட்டிக்கொண்டு கடுகுப் பொட்டலத்தை இன்னும் இறுக்கமாகப் பற்றிக்கொண்டாள். தா.பேட்டை நாமக்கல் சாலைக் கடைத் தெருவிலிருந்து வீட்டுக்குப்போகும் சாலை நான்கு முறை ‘ட’ வடிவில் மடங்கும். போனமுறை அம்மா அவசரமாய் உளுந்து வாங்கிவரச் சொன்னபோது இப்படிச் சுவரொட்டியை வேடிக்கை பார்த்துக் கொண்டே வந்தபோது எதிரே வந்த வண்டி மேலே மோதி விடுமோ என்று பயந்து ஒதுங்கியதில் கல்தடுக்கிக் கீழே விழுந்து உளுந்தம் பருப்பில் பாதியை நிலத்தில் கொட்டிவிட்டாள். வீட்டுக்கு வந்து பாதிப்பொட்டலத்தைக் கொடுத்ததும் இல்லாமல் “கடையில் அவ்வளவுதான் கொடுத்தார்கள்” என்று பொய்யும் சொல்லிவிட்டாள். விறுவிறுவென்று கடைவரை போய்வந்த அம்மா அவள் முதுகில் நான்கு அடி போட்டாள். “இனிமே பொய் சொன்ன சூடு போட்டுடுவேன்” என்று மிரட்டினது நினைவுக்கு

வந்தது. "அய்யோ இனிமே போஸ்டரே பாக்கமாட்டேன்" என்று சொல்லிக்கொண்டே நடந்தாள்.

வீட்டுக்குக் கடுகைப் பத்திரமாக எடுத்துவந்த சமயம் அகல்விளக்கை எடுத்துக்கொண்டு பின்முற்றத்திலிருந்த துளசி மாடத்துக்குச் போனாள் அக்கா. அகல் சுடரில் அவள் முகம் மிக அழகாக இருப்பதுபோலத் தோன்றியது. அக்கா போல நிறைய முறை சோப்பும் பயறுமாவும் தேய்த்தால் தன் முகமும் இப்படி மெருகேறிவிடுமோ என்று நினைத்தாள். ஆனால் அக்கா அளவு பொறுமை அவளுக்கு இருக்காது. அக்கா காது குடைந்தால் ஊக்கு நிறையக் குரும்பி வரும். அவள் தினம் காது குடைந்து பார்ப்பாள் ஒருநாளும் அவ்வளவு வரவே வராது. ஊக்கு வளையத்தில் அரக்கு நிறத்தில் மெல்லிய பட்டையாக அப்பியிருக்கும் குரும்பியை அக்காவிடம் காட்டிக் கேட்டால் 'தினம் குடைஞ்ச எப்படி வரும். நானெல்லாம் மாசக்கணக்கா காதை நோண்டவே மாட்டேன்' என்பாள். அதெப்படி மாசக்கணக்காகக் காதைக் குடையாமல் இருக்க முடியும்?

வீட்டுக்குள் வந்ததும் "அக்கா கோவிலுக்குப் போகனும்ன்னு சொல்றா, துணைக்குக் கூடப்போயிட்டு வா" என்றாள் அம்மா.

"எனக்கு வீட்டுப் பாடம் எழுதனுமே."

"அவளுக்கு அடுத்த வாரம் முக்கியமான பரிச்சை இருக்காம். நாளைல இருந்து ஐஞ்சாறு நாள் அவளால கோவிலுக்குப் போக முடியாது. இப்ப போயிட்டு வந்துடுங்க."

"ஏன் நாளைக்குப் போக முடியாது?"

"சும்மா நொய் நொய்ன்னு கேள்விகேட்காத சுதா."

"அக்கா தனியா போயிட்டு வரட்டுமே. என்னை ஏன் போவ சொல்ற. நான் இப்ப தனியாத்தானே கடைக்குப் போனேன்."

"அவ பெரிய பொண்ணுடி தனியா போக முடியாது. எனக்கு வேலை இருக்கு. வெங்காய சாம்பார் வைச்சி, வடம் வறுத்துவைக்கிறேன். சுதாவுக்கு ரொம்பப் பிடிக்குமே. வந்ததும் சாப்பிடலாம்."

"அவ காலேஜ் போயிட்டா, பெரிய பொண்ணுன்னு ஏன் தனியா போகக் கூடாது?"

"அடியேய், கேள்வி கேட்டு நேரத்த ஓட்டாம இப்ப கிளம்பறயா இல்ல முதுகுல போடட்டா?"

"அம்மா சும்மா இரும்மா. நீ வா செல்லம். கோவிலுக்குப் போனா சாமி நல்ல படிப்பு தருவாரில்ல..."

"குடை எடுத்துக்கிட்டுப் போங்க. சென்னையில புயல் கர கடக்கும்போது எல்லா எடத்துலையும் மழ வரும்ன்னு சொல்லியிருக்காங்க."

முகத்தைத் தூக்கிவைத்துக்கொண்டு அக்காவோடு கிளம்பினாள் சுதா. அவளுடைய குடை வானவில்போல பல நிறப்பட்டைகளோடு இருக்கும். அப்பா அவளுக்குக் கடந்த வருட முழுப்பரீட்சையில் முதல் மதிப்பெண் எடுத்தபோது வாங்கிக் கொடுத்த குட்டிக் குடை. அக்காவுக்கு அதன்மேல் எப்போதுமே கண். அந்தக் குடை வாங்கிவந்த அன்றே "நானும் எத்தன வாட்டி ஃபர்ஸ்ட் வாங்கியிருக்கேன் எனக்கு ஏன் இப்படி எதுவும் வாங்கித் தரல" என்று அப்பாவுடன் சண்டை பிடித்தாள். சுதா வேகமாகப் போய் அந்தக் குடையை எடுத்துக் கக்கத்தில் இடுக்கிக்கொண்டாள். வீட்டில் பொதுவாய் எல்லோருமே உபயோகப்படுத்தும் கருப்புக் குடைகளில் ஒன்றை அக்கா எடுத்துக்கொண்டாள். கோவில் போகும் வழியில் மழை பிடித்துக்கொண்டது. குடையைத் திறந்த அக்காவுக்கு அந்தக் குடையின் ஒரு கம்பி உடைந்திருப்பது அப்போதுதான் தெரிந்தது. எதிர்வீட்டு சுரேஷ் அண்ணா வருவது தெரிந்ததும் அவள் முகம் பிரகாசமாகியது. சுதாவின் கையிலிருந்த குடையைப் பிடுங்கி அவள் விரித்துக்கொண்டாள். "இந்தக் குடையில கம்பி உடைஞ்சியிருக்கு நீ சின்னவதானே நீ இத பிடிச்சிக்க" என்று விறுவிறுவென்று கோவிலுக்கு நடந்தாள். வீட்டுக்கு வந்ததும் வராததுமாக "அக்கா என் குடைய பிடுங்கிக்கிட்டா, இதுக்குத்தான் நான் அவகூட போகலன்னு சொன்னேன்"ன்னு கத்தி ஆர்ப்பாட்டம் செய்தாள் சுதா. "அவ பெரிய பொண்ணுடி, இவ்வளவு அழகா ட்ரஸ் பண்ணிட்டு உடைஞ்ச குட பிடிச்சிட்டு இருந்தா நல்லாவா இருக்கும்" என்று சொல்லிக்கொண்டே, "கிளம்பும்போதே பார்த்து எடுத்துட்டுப் போயிருக்கலாம் இல்ல தங்கம்" என்று அக்காவைக் கொஞ்சினாள் அம்மா. 'நான் சின்னப் பொண்ணுன்னா என் கையில மட்டும் உடஞ்ச குட அழகாவா இருக்கும், அம்மா எப்போதுமே அக்காவுக்குத்தான் சப்ப கட்டுவாங்க. அக்கா எப்படி என் குடய பிடிங்கிக்கலாம்' என்று ரொம்பக் கோபமாக வந்தது. சின்னவளாக இருப்பது அவமானமாக இருந்தது. மாதவி வீட்டில் 'அவ சின்னவ அவகிட்ட எந்த வம்பும் பண்ணாத' என்று அவள் அண்ணனை மாதவியின் அம்மா திட்டுவது சுதாவுக்குத் தெரியும். என் அம்மா மட்டும் ஏன் அக்காவைத் திட்டுவதே இல்லை என்று அழுகையாக வந்தது.

அக்கா வெளியூர் விடுதி ஒன்றில் தங்கிப் படித்துக்கொண் டிருந்தாள். அவள் வரும்போதெல்லாம் அம்மா அவளுக்கு அது பிடிக்கும், இது பிடிக்கும், ஹாஸ்டல்ல பாவம் காய்ஞ்சிதானே

போயிருப்பா என்று கவனிக்கும்போது சுதாவுக்கு எரிச்சலாக வரும். அவள் வந்துவிட்டால் சுதாவின் கட்டிலில் அக்காதான் படுத்துக்கொள்வாள். அக்காவுக்கு மூட் நன்றாக இருந்தால் சுதாவை அருகில் படுக்கவைத்துக்கொண்டு கதை சொல்லித் தூங்கவைப்பாள். அப்படியும் விடியும்போது அம்மா அருகில் பாயில் எப்படிக் கிடக்கிறாள் என்ற மர்மம் சுதாவுக்கு இன்று வரை தெரியாது. அக்காவிடம் கேட்டால் சிரித்துக்கொண்டே "நைட் நீதானே அம்மாகிட்ட போவேன்னு அடம்பிடிச்சே, அப்ப நான் எவ்வளவு கஷ்டப்பட்டு உன்னைத் தூக்கிக் கொண்டுபோய் அம்மாவிடம் விட்டேன்" என்று சொல்லுவாள். சில நாட்கள் போய் அம்மாகிட்ட படுத்துக்கோ என்று விரட்டி விடுவாள்.

மறுநாள் பள்ளி முடிந்து வந்தவுடன் மல்லிகாவுடன் விளையாட ஓடினாள். மல்லிகா இன்று ஏன் பள்ளிக்கு வரவில்லை என்று தெரியவில்லை என்று யோசித்துக்கொண்டே மைதானம் வரை சென்றாள், அவள் அங்கேயும் இல்லை. மாதவி மட்டும்தான் இருந்தாள். "வா விளையாடலாம்" என்றபோது "மல்லிகாவுக்கு உடம்பு எதுவும் சரியில்லையா போய்ப் பார்க்கலாம் வா" என்று மாதவியை அழைத்தாள். "அவங்க வீட்டுக்குப் போனா அம்மா திட்டுவாங்க" என்று சொல்லிப் பயந்துகொண்டே வந்தாள் மாதவி. மல்லிகா வீட்டருகே போனார்கள். அவள் வீட்டுத் திண்ணையில் நேற்றுவரை இல்லாத தென்னை ஓலையிலான குடிசை இருந்தது. எதிர்த்திண்ணையில் மல்லிகாவின் பாட்டி அமர்ந்திருந்தாள்.

"மல்லிகா எங்க?"

நமட்டுச் சிரிப்புடன் பாட்டி குடிசையைக் கை காட்டினாள். அதற்குள் சுதாவின் குரல் கேட்டு மல்லிகா எட்டிப் பார்த்தாள். அவள் வழக்கத்துக்கு மாறாக முழுப்பாவாடை அணிந்திருந்தாள். அடர்நீலத்தில் சின்னச் சின்னப் பூக்கள் போட்ட காடாத் துணியால் ஆனது அந்தப் பாவாடை. மேல் சட்டைக்கு மேல் அக்காவைப் போலவே தாவணி அணிந்திருந்தாள். அவள் முகம் அக்காவின் முகம்போலவே பொலிவாக இருப்பது போலிருந்தது என்று சுதாவுக்குத் தோன்றியது. இரண்டு மூன்று முறை சோப்புப் போட்டு முகம் கழுவியிருப்பாள் என்று நினைத்தாள்.

"ஏய் ஏன்டி குடிசைக்குள்ள இருந்து எட்டிப் பாக்கற உள்ள போ" என்று அதட்டினாள் மல்லிகாவின் அம்மா. "என்ன சுதா எங்க இங்க அவ இனிமே விளையாட வரமாட்டா?"

"ஏன்?"

“அவ பெரிய பொண்ணாயிட்டா, இனிமே விளையாட எல்லாம் அனுப்பமாட்டேன்.”

“இனிமே வெளிய அனுப்பினா தப்பா பேசுவாங்கல்ல,” என்றாள் மாதவி.

“நாங்க ஏன் இனி அவள வெளியில அனுப்பப் போறோம்” என்றாள் மல்லிகாவின் பாட்டி.

“கடைக்குக் கூடவா” என்றாள் சுதா.

“அனுப்பமாட்டேன்” என்றாள் மல்லிகாவின் அம்மா

குடிசையுள்ளிருந்து சிணுங்கி அழும் ஓசை கேட்டது. “மல்லிகா அழுவறா ?”

“ஆமா அவளுக்கு வயிறு வலிக்கிதுன்னு சொல்லிட்டு இருந்தா அதானா இருக்கும்” என்று குடிசை உள்ளே எட்டிப் பார்த்தவள் “சத்தம் வெளில வந்தது அவ்வளவுதான், அதென்ன பாவாடைல கர்மம், நான்தான் பழைய துணி குடுத்தேனே, ஒழுங்கா ட்ரஸ் பண்ணிக்கலயா ? ஒன்னுக்கு துப்புக் கிடையாது.”

சரி நாம விளையாடப் போகலாம் என்று அழைத்த மாதவியிடம் தான் வரவில்லை என்று சொல்லிவிட்டு, சோகமாய் வீட்டுக்குக் கிளம்பினாள் சுதா. வழக்கமாக அவர்கள் விளையாடும் மைதானம் முழுக்கப் பிள்ளைகளின் சத்தம் நிறைந்திருந்தது. மாதவியும் வேறு வழியில்லாமல் சுதாவுடன் திரும்பினாள். அங்கேயிருந்த கடம்பை மரத்தில் பூப்பந்து போன்ற பூ வளர்ந்திருந்தது. அதைக் காட்டி, “அந்தப் பூ எவ்வளவு அழகாயிருக்குல்ல” என்று மாதவி சொன்னாள். சுதா அதை எதையும் காதில் வாங்கிக்கொள்ளும் நிலையில் இல்லை.

“வயசுக்கு வந்துட்டா ஏன் வீட்டை விட்டு அனுப்ப மாட்டாங்க. இவங்க வீட்டுல மட்டுமா யார் வீட்டுலயுமே அனுப்பமாட்டாங்களா ?”

“அப்படித்தான் நினைக்கிறேன்.”

முன்பொருமுறை அவர்களது படிக்கும் வகுப்பில் வேறு ஒரு பெண் திடீரென்று பள்ளிக்கூடத்துக்கு வருவதை நிறுத்தியபோது அவ வயசுக்கு வந்திருப்பா என்று மல்லிகாதான் சொன்னாள். “வயசுக்கு வரதுன்னா என்ன ?” என்று கேட்டாள் சுதா. “பெரிய பொண்ணாவறது” என்றாள் அவள்.

“பெரிய பொண்ணாவறதுன்னா ?”

47
நீல மிடறு

“பெரிய பொண்ணாவறதுன்னா பெரிய பொண்ணாவறது. எங்க பக்கத்து வீட்டுக்கா வயசுக்கு வந்தப்பறம் அவங்களுக்கு கையெல்லாம் குண்டாயிடுச்சி. முகமெல்லாம் உப்பி கன்னம் மினுமினுன்னு ஆயிடுச்சி. மார் எல்லாம் பெரிசாயிடுச்சி” என்று சொன்னது இப்போது நினைவுக்கு வந்தது. அவள் தீவிரமாய் யோசிப்பதைப் பார்த்த மாதவி,

“என்னடி யோசிச்சிட்டே இருக்க, வயசுக்கு வர்த பத்தியா?”

“இல்ல, முன்ன ஒருவாட்டி மல்லிகா பெரிய பொண்ணா யிட்டா கை, கன்னம் எல்லாம் பெரிசாயிடும்ன்னு சொன்னல...”

“ஆமா. எனக்கும் அதான்டி சந்தேகம், அவ நேத்து எப்படி யிருந்தாளோ அப்படித்தானே இருக்கா, அப்பறம் ஏன் வயசுக்கு வந்துட்டான்னு சொல்றாங்க?”

“எனக்கென்னவோ வேற ஏதோ நடந்திருக்கும்ன்னு தோணுது.”

“ஆமாடி மல்லிகா அம்மா சொன்னாங்கல அவளுக்கு வயிறு வலிக்குதுன்னு அழுவுறான்னு.”

“எங்கக்காகூட ஜுரம் வந்து தனியா இருக்கப்ப வயித்த பிடிச்சிட்டு அழுவா.”

“பெரிய பொண்ணாயிட்டா வயிறு அடிக்கடி வலிக்குமா?”

“வயிறு மட்டும் வலிக்கும்னு தோணல, நமக்கு வயிறு வலிச்சா ஜூரம் வந்தா தனியாவா உட்கார சொல்றாங்க. வேற என்னவோ கெட்டது நடக்கும்ன்னு நினைக்கிறேன்.”

“அவங்க அம்மா அவளை ஏன் ட்ரஸ் பண்ணிக்கிலயான்னு கேட்டாங்க அவ நல்லாத்தானே ட்ரஸ் பண்ணியிருந்தா?”

“ஆமா பழைய துணி குடுத்தேன்னு வேற சொன்னாங்கல. அவ நல்ல ட்ரஸ்தானே போட்டிருந்தா? அவ ட்ரஸ்ல என்ன பிரச்சின? அவங்க அம்மா ஏன் திட்டினாங்க?”

“அவ பாவடையில ஏதோ தண்ணிபட்டு ஈரமானதுபோல இருந்தது. அதுக்கா அப்படி திட்டுவாங்க. என்னவோ நடந்திருக்குடி. மல்லிகா முன்ன சொன்னது இல்ல, வேற எதோ அதான் என்னான்னு புரியமாட்டேங்கிது.”

“சரி வெளிய அனுப்பினா தப்பா பேசுவாங்கனு உனக்கு எப்படி தெரியும்?”

“போன வாரம் எங்க பக்கத்து வீட்டுக்கா டைலர் மாமாகூட ஓடிப் போனுச்சில? அப்ப வயசுக்கு வந்த பிள்ளய வீட்டோட வைக்காம வெளிய போகவரன்னு விட்டா, இப்படி

நாலு பேர் தப்பா பேசறதுபோல ஆகும்ன்னு அம்மாகிட்ட நாலாம் நம்பர் வீட்டுப் பாட்டி சொன்னாங்கடி."

"அப்ப நாம வயசுக்கு வந்துட்டா நம்மலயும் வெளில விட மாட்டாங்கல. விளையாட எல்லாம் முடியாதா" என்று கேட்ட சுதாவின் குரல் நடுங்கியது.

"எனக்கு பயமா இருக்குடி" என்று சொல்லும்போது மாதவி வீட்டுச் சந்து அருகேயிருக்கும் மருதமரத்திலிருந்து காகம் ஒன்று விர்ரென்று பறந்து வந்து சுதாவின் உச்சந்தலையில் சிறகால் வேகமாகத் தட்டிவிட்டுப் பறந்தது. பயந்துபோய் வீரிட்டுக் கத்திய சுதாவின் கைகளைப் பிடித்துக்கொண்டாள் மாதவி. மீண்டும் அந்தக் காகம் அவர்களை நோக்கிப் பறந்து வருவதைப் பார்த்தவள், சுதாவை இழுத்துக்கொண்டு ஓடினாள். காகம் அங்கே படுத்து இளைப்பாறிக்கொண்டிருந்த நாயைக் கொத்தியது. நாய் வினோதமாய் ஊளையிட்டபடி எழுந்து ஓடியது. சுதாவுக்குக் காத்துகருப்பு அடிச்சிட்டா என்று நேற்று வெள்ளையம்மா சொன்னது நினைவுக்குவரப் பயத்தால் அழுதாள். "வயசுக்கு வருவது நீ சொல்றதுபோல ஏதோ கெட்டதுதான்னு தோணுதுடி நாய் இப்படி சத்தம் போட்டா அம்மா கெட்டதுன்னு சொல்லுவாங்க."

"எனக்கும் ரொம்ப பயமாயிருக்குடி. நாம ரெண்டு பேரும் பெரிய பொண்ணாகவே வேண்டாம்" என்று மாதவி கண்களைத் துடைத்துக்கொண்டு டாட்டா சொல்லிவிட்டுச் சென்று விட்டாள். கொஞ்ச நேரம் மருத மரத்தையே வெறித்துப் பார்த்துக்கொண்டிருந்தாள் சுதா. அவளுக்குள் பயம் கொஞ்சம் குறைந்தது போலிருந்தது. தட்டாம்பூச்சிகள் பறப்பதைப் பார்த்ததும் அதைப் பிடிக்க வேண்டுமென்று தோன்றியது. ஆனால் பெரிய பெண் ஆகிவிட்டால் தட்டான்கூடப் பிடிக்க விடமாட்டோர்களோ என்று குழப்பமாக இருந்தது. எதை யெதையோ யோசித்துக்கொண்டே வீட்டுக்கு வந்துசேர்ந்தாள். மண்ணெண்ணெய் கேனோடு வீட்டுக்கு வெளியே வந்த அம்மா "என்ன இவ்வளவு சீக்கிரம் வந்துட்ட நல்லதா போச்சு ... ஓடிப்போய் ரேசன்கடையில சீமெண்ண வாங்கிட்டு வந்துடு" என்றாள்.

"போம்மா அன்னிக்கிக்கூட மாவு மில்லுக்கு டின் குடுத்துட்டு ஸ்கூல்க்கு போவ சொன்ன, கை எவ்வளவு வலிச்சது தெரியுமா? நான் போவ மாட்டேன் அக்காவ போ சொல்லு."

"அப்படியே அடிபோட்டா பல்லு எகிறிடும். ரேஷன் கடைக்கெல்லாம் வயசுக்கு வந்த பொண்ண அனுப்ப முடியுமாடி கிறுக்கி. முரண்டுபண்ணாம ஓடிட்டு வா."

"போவ மாட்டேன்."

"வெந்நி அடுப்பு பத்த வைக்க பொட்டு சீமெண்ண கிடையாது. நாளைக்கி உனக்கு வெந்நி கிடையாது. பச்ச தண்ணி தலையோட ஊத்திடுவேன். காய்ச்சல் வந்த நாலு ஊசி போடுங்கன்னு நானே டாக்டர்ட்ட சொல்லுவேன்."

மண்ணெண்ணெய் கேனை வெடுக்கென்று பிடுங்கிக் கொண்டு விறுவிறுவென்று நடந்தாள் "நாளைக்கே நான் வயசுக்கு வந்திரனும் சாமி. அப்ப எப்படி என்னை கடைக்கு அனுப்புவாங்க பாக்கறேன்."

அகழ்

4

மருவூ

உர்வா மாரியம்மா கோவில் மணி ஒலித்தது. பி.ஜி. ராவிற்கு விழிப்புத் தட்டியது. உள்ளங்கைகளைத் தேய்த்து கண்களில் ஒற்றிக் கொண்டார். கண்களைத் திறந்து உள்ளங்கைகளை மெல்லிய வெளிச்சத்தில் பார்த்தார். எழுந்தமர்ந்து மெல்லச் சோம்பல் முறித்தார். படுக்கையறையிலிருந்து மெதுவாக நடந்து வீட்டு வாசல் கதவைத் திறந்து வெளியே வந்தார். முற்றத்துக் கிணற்றில் நீரின் சலசலப்புக் கேட்டது. கிணற்றைச் சுற்றிக் கட்டியிருந்த கொசுவலையை அகற்றி எட்டிப் பார்த்தார் அதன் ஆழத்தில் தளும்பிக்கொண்டிருந்த நீரின் கருமையில் ஜொலிக்கும் நிலவொளியை நொடி நேரம் ஆழ்ந்து நோக்கினார். தியானம் போன்ற தருணம் ஆழ்ந்த மனநிம்மதியைக் கொடுத்தது. அப்படியே குதித்துவிடலாம்போல ஆசை எழுந்தது. ரஞ்சனிக்கும் அப்படித்தான் தோன்றியிருக்குமோ?

மனதை அடக்கிக்கொண்டு உருளையில் கயிறை இறக்கினார். எண்ணெய்ப் பசையற்ற உருளையில் கீச்கீச்சென ராகத்தோடு வாளி இறங்கியது. கிணற்றிலிருந்து கயிறை இழுக்கும் போது ரஞ்சனியை நீர் சொட்டச் சொட்டக் கயிறு கட்டித் தூக்கியது நினைவுக்கு வந்தது. திடுக்கிட்டுத் தலையை உதறிக்கொண்டு விறுவிறுவென்று நீர் இறைத்து முகம் அலம்பி வாய் கொப்பளித்தார். இன்னும் நான்கு வாளி இரைத்து தலைக்கு விட்டுக் கொண்டார். நாளைக்குத் துளசி கல்யாணம்.

ரஞ்சனிக்கு சிரார்த்தம் முடிந்து இரண்டு மாதம்கூட ஆகவில்லை. அந்தக் கணக்கெல்லாம் பண்டிகை பார்ப்பதில்லை. அவளே இல்லை, பண்டிகை கொண்டாடினால் மட்டும், என்ன புதிதாக மாறிவிடும் என்று நினைத்துக்கொண்டே இன்னொரு வாளி தண்ணீரைத் தலைமீது கவிழ்த்துக்கொண்டார்.

மங்களூர் உர்வா ஸ்டோர் பேருந்து நிலையத்திலிருந்து எதிர்ப்புறம் ஏறும் மேட்டில் ஏறி அக்காடிகுண்டா சாலையில் இரண்டாம் குறுக்குச் சந்திலிருந்த தனி மாளிகைகளில் ஒன்றைத் தனக்கென இருபது வருடங்களுக்கு முன்னர் வாங்கினார். அந்த வீட்டுக்கு வந்த பின்னரே குடும்பம் ஓரளவு பொருளாதாரத்தில் முன்னேறியது என்று நினைத்தார். அந்த வீட்டுக்கு வந்து சில மாதங்களுக்குப் பின்னரே அவருக்கும் ரஞ்சனிக்கும் திருமணம் ஆனது. அதன் பின்னர் வீட்டின் நிலைமை படிப்படியாக மேலே போனது என்று பலர் சொல்லும்போதும் அந்த வீடுதான் ரஞ்சனியைக் கொண்டுவந்தது என்றே நம்பினார். இன்னொரு வாளி தண்ணீரை இறைத்துத் தலையில் கொட்டிக்கொண்டார். தோட்டத்திலிருக்கும் வாழை, மாமரம் தாண்டி தன் இலைகளால் எட்டிப் பார்த்தது. அவர் அதைப் பார்த்த கணம் படபடவென்று துடித்து மாமரத்தின் பின்னால் கோபத்தோடு ஒளிந்துகொண்டது. கிணற்றிலிருந்து இரைக்கும்போது உபரிநீரில் மாமரமும் சப்போட்டா மரமும் செழித்து வளர்ந்திருந்தது. அந்த மரங்களைத் திருமணம் முடிந்து வந்த மறுவாரமே நட்டுவைத்தாள் ரஞ்சனி. அந்த அதிகாலை நேரத்தில் மாமரத்தின் பழுப்பு நிறத் துளிர்கள் காற்றில் அலைந்து மனதை இலகுவாக்க முயற்சித்தன.

எதிரிலிருக்கும் இரண்டடுக்கு வீட்டிலிருந்து, ரஞ்சனியுடன் பணிபுரிந்து விருப்ப ஓய்வுபெற்ற சௌந்தர்யா மாமி குடத்துடன் வந்துகொண்டிருந்தார். ராவ் அவசரமாய்க் கொடிமேல் தொங்கிக் கொண்டிருந்த துவலையை எடுத்து ஈரவேட்டியின் மேல் கட்டிக் கொண்டார். கொடியில் மடியாய் உலர்த்தியிருந்த பஞ்சகச்ச வேஷ்டி நளினமாக அசைந்துகொண்டிருந்தது. அதை எடுத்துத் தாறுமாறாய் நெஞ்சின் மேலே போட்டுக்கொண்டார். வாசலை யடைந்த மாமி புன்னகை மாறாது “நமஸ்காரா” என்றார். அவர்கள் வீட்டில் கிணறு கிடையாது. கார்ப்பரேசன் தண்ணீர் ஒருநாள் விட்டு மறுநாள் வரும். குடிக்க மட்டும் கிணற்று நீரை எடுத்துச்செல்வார். “துல்ஸி மதுவே தயார் ஆகுதுந்தா?” என்று சம்பிரதாயத்துக்குக் கேட்டுவிட்டு கிணற்றிலிருந்து மோட்டார் மூலம் நிரம்பியிருந்த ஸிண்டெக்ஸ் தொட்டியி லிருந்து இணைந்து பொருத்தப்பட்ட குழாயிலிருந்து குடிநீரைப் பிடித்து எடுத்துக்கொண்டு வீடுநோக்கி நடக்க ஆரம்பித்தார். துவலையை அவிழ்த்துத் தலையையும், உடலையும் மெல்லத்

துடைத்துக்கொண்டார் ராவ். பண்டிகை பிறர் கேள்விகளுக்குப் பதில் சொல்வதற்காகவேனும் கொண்டாடப்பட வேண்டும். அவள் நீங்கிய துக்கத்தின் நீளம் ஒரே வருடம்தானா?

துளசி கல்யாணத்துக்கு முன் வீட்டை இரண்டு பண்ணி விடுவாள் ரஞ்சனி. சாதாரண நாட்களிலேயே வாரம் ஒருமுறை பெட்சீட்டுகளை, மிதியடிகளைத் துவைத்து உலர்த்துவாள். மங்களூரில் வெயிலுக்குக் குறைவில்லை. வெயில் பட்டுப் பட்டு வீட்டுத் துணிகளும் ரஞ்சனியைப் போல பளிச்சென்று இருக்கும். திருமணமான புதிதில் துவைக்கும் கல்லே அவளுக்குப் பொழுதுபோக்கிடம். தண்ணீரோடும் துணிகளோடும் சுலோகங்களையும் பக்திப் பாடல்களையும் முணுமுணுத்தபடி அடித்துத் துவைத்து விளையாடிக்கொண்டிருப்பாள். ராவ்வின் அம்மா கல்யாணி 'தண்ணீர் நிறைய செலவுசெய்தால் வீட்டில் செல்வம் நிலைக்காது' என்று கடிந்துகொள்வாள். அதை எல்லாம் அவள் காதில் வாங்கிக்கொள்ள மாட்டாள். வங்கியில் பணி கிடைத்த பின்னர் துவைக்கும் கல்லருகேயிருக்கும் நேரம் குறைந்திருந்தது. அவள் போனபின்னர் மிதியடிகள் நிறம் மங்கிப் போயிருந்தன, வீடு கொஞ்ச நாளிலேயே தூசியின் உறைவிட மானது. எத்தனைமுறை துடைத்தாலும் அவள் நினைவுகள் போலவே தூசியும் மறுபடி மறுபடி படிகிறது. கடந்த சில மாதங்களாகப் பெரியவன் அவன் அம்மாவின் புகைப்படத்தைத் தவிர எல்லா இடத்தையும் துடைத்துவைப்பான்.

பதினாறு ஆண்டுகளுக்கு முன்னர் ராவ் தங்கையின் திருமணம் முடித்த ஓரிரண்டு மாதத்திற்குள்ளேயே ரஞ்சனி படி நிறைந்த அரிசியை வலது காலால் தட்டிவிட்டபடி இந்த வீட்டுக்குள் நுழைந்தாள். வீட்டுக்குள் நுழையும் முன்னரே வாசலி லிருந்த கிணறு அவளுக்குப் பிடித்திருந்தது. வீட்டில் யாருடனும் மனத்தாங்கல் என்றால் கிணற்றிடமே தன் புகார்களைப் பகிர்ந்து கொண்டாள். கோபத்தோடு தண்ணீரை இரைத்து வீட்டுப் பாத்திரங்களை நிறைப்பாள். தண்ணீர் இரைக்கத் தேவைப்படாத நேரங்களில் வீட்டைச் சுற்றித் தென்னங்கீற்றுத் துடைப்பத்தால் அதிக சத்தம் எழ பெருக்கித் தள்ளுவாள். கிணற்று உருளையோ துடைப்பமோ அவள் சமாதானம் ஆகும்வரை ஓயாத ஓசையை எழுப்பும். பதின்மூன்று மாதமாகத் தென்னந்துடைப்பம் அதன் ஓசையடக்கிப் பரிதாபமாகக் கிடந்தது. மழையில் நனைந்து பாசிபடிந்து கிடந்த அதைக் குப்பைக்காரியிடம் கொடுக்க வேண்டும் என்று நினைத்துக்கொண்டார். வீட்டைச் சுற்றி மாவிலைகளும் அடுத்த வீட்டு மந்தாரை மரத்திலிருந்து உதிர்ந்த பூக்களும் நிம்மதியற்றுத் தாறுமாறாய் காற்றில் அலைந்து கொண்டிருந்தன.

வீட்டுக்குள் சென்ற ராவ் தன் உடைகளை மாற்றிக்கொண்டு ஈர உடைகளைத் துவைக்கும் கல்மீது வைத்துவிட்டு வந்து அடுப்பைப் பற்றவைத்தார். கல்யாணி எழுந்து குளித்துவிட்டுப் பூஜையறையை லக்ஷ்மி அஷ்டோத்திரத்தை முணுமுணுத்தபடி தயார்செய்துகொண்டிருந்தாள். கல்யாணிக்கு மூட்டுவலி, உட்கார்ந்தபடி பார்க்கும் எந்த வேலையையும் அவள் செய்து விடுவாள்.பதினாறாண்டுகளாக அடுக்களைப் பக்கமே போகாமல் இருந்துவிட்டவளால் திடீரென முழு சமையல் பொறுப்பையும் பார்க்க முடியவில்லை. ராவ் சமையலறையைப் பத்துப் பதினொரு மாதங்களாகப் பகிர்ந்துகொள்ள ஆரம்பித்துவிட்டார். ரஞ்சனி இருந்த சமயம் வீட்டில் உறவினர் வந்திருக்கும் தருணங்களில்கூட எந்த உதவியும் செய்தது இல்லை. இப்போது சமையல் பழகிவிட்டது. பதினொன்றாம் வகுப்பில் படிக்கும் மூத்தவன் காய்கறி வெட்டித் தருவதில் உதவிசெய்வான். சிறுவயதி லிருந்தே அம்மாவுக்குச் சமையல் அறையில் உதவிசெய்வான். இப்போது அவனுக்குப் படிக்கும் பொறுப்பும் அதிகம். இளையவன் எட்டாவதில் இருந்தான்; இன்னும் விளையாட்டுத்தனம் மாறவில்லை. எப்போதும் தெருவில்தான் இருக்கிறான். படிக்க அழைத்தால் முகம் சுண்டிப் போகும். அதிகம் கடிந்துகொண்டால் அவன் அம்மா அமர்ந்திருக்கும் நாற்காலியருகே தரையில் அமர்ந்து அதன் இருக்கையில் தலைசாய்த்துக்கொள்வான். ரஞ்சனி உயிருடன் இருக்கும்போதும் அதேபோல தரையில் அமர்ந்து அவன் அம்மாவின் மடியில் தலைசாய்த்துக்கொள்வது வழக்கம். சின்னவனை அப்படிப் பார்க்கும் கணம் கல்யாணி கண்களைத் துடைத்துக்கொள்வாள்.

கதவு மணி ஒலிக்க சென்று பார்த்தபோது கேஸ் வந்திருந்தது. பின்னால் கொண்டுபோய் வைக்கச் சொல்லிவிட்டு, பணத்தை எடுத்துக் கொடுத்தார் ராவ். சமையலறைக்குத் திரும்பும்போது ஷோகேஸிலிருந்த கிருஷ்ணன் ராதா புகைப்படம் கண்ணில் பட்டது. புகைப்படத்தில் கிருஷ்ணன் கைகளில் தவழும் பச்சை நிற அங்கவஸ்திரம், மஞ்சள்நிற பஞ்சகச்சம், அதன் மடிப்புகள், கழுத்தணிகள், ராதையின் சிவப்புப் சேலை, அவளது ரவிக்கை, கழுத்திலிருந்து தொங்கிய ஐந்தாறு மணிமாலைகள், இருவரின் கிரீடம், கிருஷ்ணனின் கிரீடத்திலிருக்கும் மயில் பீலி கால் சதங்கைகள் எல்லாமே மினுக்கும் ஜிகினா துகள்களால் அலங்கரிக்கப்பட்டிருந்தன. திருமணம் முடிந்த சில தினங்களில் ராவ் தனது நண்பரின் ஓவிய விற்பனையகத் திறப்பு விழாவுக்குப் போனபோது இந்தப் படத்தைப் பார்த்தவுடன் பிடித்து வாங்கிக் கொண்டு வந்தபோது “நான் இதைவிட பெட்டரா வரைவேன்” என்று சொன்னது நினைவுக்கு வந்தது. அவள் பல்கலை வித்தகி. அந்த கிருஷ்ணன்–ராதா புகைப்படத்தையே ஒருநொடி உற்றுப்

பார்த்தார், ராதையின் மூக்கின் இடது பக்கத்தில் மூக்குத்தி போல ஒட்டப்பட்டிருந்த ஜிகினாத் துகள் வெளிச்சம் பட்டு ஜொலித்தது. ரஞ்சனி சாயங்காலத்தில் துளசிமாட விளக்கை ஏற்றும்போது அவள் மூக்குத்தியும் இதேபோலத்தான் டாலடிக்கும். அகல் விளக்கொளியில் அந்த முகம் கலங்கரை விளக்குப் போல பிரகாசிக்கும். முழு முகமும் புன்னகைக்கும். தன்னையறியாமல் சங்கை ஊதுவார் ராவ். அப்போது திடுக்கிட்டுத் திரும்பும் அவள் பின்னர் நிதானித்துப் புன்னகைப்பாள். சாகும் முதல்தினம்கூட அப்படித்தான் புன்னகைத்தாள்.

வரவேற்பறையிலிருந்து சமையலறைக்குச் செல்லும்போது வரவேற்பறையை ஒட்டியிருக்கும் கழிவறையில் மெல்லிய துர்நாற்றம் வீசியது. நேற்றே சுத்தம்செய்ய நினைத்தது நினைவுக்கு வந்தது. நாளை பண்டிகைக்கு நிறைய வேலைகள், துளசி கல்யாணம் முடிந்து இதைப் பார்த்துக்கொள்ளலாம் என்று நினைத்தார். ரஞ்சனி இறந்த மறுமாதம் வீட்டுக்கு வந்திருந்த அவளது தங்கையிடம் கழிவறையைச் சுத்தம்செய்து தரச் சொன்னார். அன்று வீட்டுக்கு வந்துவிட்டுப் போனவள் பின்னர் ரஞ்சனியின் சிராத்தத்துக்குத்தான் வந்தாள். ராவ்வின் தங்கை இரண்டு மாதத்துக்கு ஒருமுறை வருவாள். திட்டிக்கொண்டே படுக்கை விரிப்புகளை மாற்றிப் போட்டுவிட்டுப் போவாள். அவளும் கடந்த ஆறுமாதமாக வருவதில்லை. சமையலறையில் நுழைந்தார். அம்மா ரசத்துக்குப் புளியையும் தக்காளியையும் கரைத்துக்கொண்டிருந்தாள். ரஞ்சனி இறந்த மறுவாரத்திலிருந்து கல்யாணியும் மகனுடன் பேசுவதைக் குறைத்துக்கொண்டாள். வீட்டில் தனிப்பெரும் அமைதி நிலவியது. தெருவில் பிள்ளைக ளோடு இளையவன் மட்டும் விளையாடப் போவான். ரஞ்சனி இறக்கும் முன்னர் இளையவனோடு சேர்ந்து தெருவில் ராவ் விளையாடுவார். மூத்தவனும் ரஞ்சனியும் முகம் சுழித்துக் கொண்டே அவர்கள் விளையாடுவதைப் பார்ப்பார்கள். ஏழுகல் விளையாட்டில் முதுகில் அடிபடாமல் குதித்து அவர் ஓடுவதைப் பற்றி யாருமற்ற பொழுதில் “நீங்க அப்படி குதிச்சி ஓடறது ஆபாசமா இருக்கு” என்பாள் ரஞ்சனி.

சமையல் முடித்துவிட்டுக் கடைக்குக் கிளம்பினார். வாசலில் தினசரி யாரும் சீண்டாமல் கிடந்தது. ஒரு வருடத்துக்கு முன்னரெல்லாம் அதிகாலையில் காப்பியைக் கையில் ஏந்தியபடி அந்தக் திண்ணையில் அமர்ந்துகொண்டே தினசரியின் மொத்தப் பக்கங்களையும் இரண்டுமுறை புரட்டி முடித்திருப்பார். இப்போது தினசரியை எடுத்துச் சென்று தொலைக்காட்சிப் பெட்டியருகே வைத்தார். அது பறந்து கீழே ஒவ்வொரு தாளாகப்

பிரிந்து விழுந்தது. படபடத்துக் காற்றில் சுழன்று தன்னால் இயன்ற அளவில் ராவ்வுக்கு தன் எதிர்ப்பைத் தெரிவித்தது. அடுக்கி மடித்தாலும் பழைய ஒழுங்கோடு அதனை மடிக்க முடியவில்லை. அப்படியே அதனைப் பழைய நாளேடுகளின் அடியில் சொருகி வைக்கும்போது 'அப்படி அவளுக்கு என்ன கவனிக்காமல் விட்டுவிட்டேன்' என்று யோசித்தார். கடையைத் திறக்க வேண்டும் என்ற நினைப்பு வரவே அவசரமாகக் கடைக்குக் கிளம்பிச் சென்றார்.

உர்வா ஸ்டோர் அங்காடித் தெருவில் நவீன் காம்ப்ளக்ஸ் கம்பீரமாக நின்றது. அதில் பல அங்காடிகள் இருந்தன. அது ரஞ்சனி பணிபுரிந்த வங்கியில் அடமானம் இருந்தபோது ஏலத்துக்கு வந்தது. நாம் வாங்கிப்போடலாம் என்றாள். அவ்வளவு பெரிய கட்டடம் வாங்கி அதில் வணிகக் கடைகள் வைக்கும் பலரோடு எதற்குப் போராட வேண்டும் என்று தயங்கினார் ராவ். அப்போது பழங்கட்டடமாக இருந்தது. அதனை மிகச் சகாய விலையில் வாங்கியவர் அந்தக் கட்டடத்தை நவீனமாக்கிப் பல அங்காடிகளுக்கு வாடகைக்கு விட்டிருந்தார். தன் வாழ்வின் துரதிர்ஷ்டத்தின் பிரதிநிதியாக அதைப் பார்த்தார். அது கைவிட்டுப் போன நாளிலிருந்துதான் ரஞ்சனி வேலைகளை முடித்துவிட்டுக் கிணற்றருகே அமர்ந்து எதையோ இலக்கற்று வெறித்து நோக்கும் பழக்கம் புதிதாகத் தொடங்கியது.

நவீன் காம்ப்ளக்ஸ் உருவானபோது ராவ் வைத்திருந்த 'சியாம் கிளாக்ஸ்' கடையையாவது அங்கே மாற்றிக்கொள்ளச் சொன்னாள் ரஞ்சனி. ஆனால்அதில் அவருக்கு இஷ்டமில்லை. நவீன் காம்ப்ளக்ஸுக்கு இரண்டு கட்டடம் தாண்டிய இன்னொரு கட்டடத்திலிருந்த கூட்டுக் கடைகளில் ஒன்றுதான் அவரது கடிகாரக் கடை. ரஞ்சனி அந்தக் கடையைச் சவப்பெட்டி என்றே சொல்வாள். வங்கிக்கு வேலைக்குச் சேர்ந்த புதிதிலேயே அந்த வியாபாரத்தை இன்னும் பெருக்க அவள் கடன் வாங்கித் தருவதாகச் சொன்னபோதும் மறுத்துவிட்டார். அந்தப் பத்துக்கு ஏழடிக் கடையும், அதில் விற்பனைக்கு இருக்கும் சில கடிகாரங்களும், கடிகாரம் பழுது பார்க்க உபயோகிக்கும் நகைநோக்கு உருப்பெருக்கியும் அவர் வீடு கட்ட, தங்கை திருமணம் முடிக்க, அப்பாவின் எலும்புருக்கு நோய்க்குச் செலவு செய்யப் போதுமான அளவு உதவியிருந்தது. நகைநோக்கு உருப்பெருக்கியால் அந்தக் கடிகாரத்தைப் பார்த்தார், அதில் நீர்த் திவலைகள் வைரக்கற்களைப் போல ஜொலித்தன. அப்படியே காற்றில் உலரவிட்டு வேறு வேலை பார்த்தார்.

பிற்பகல்வரை சொற்பமான நபர்களே கடைக்கு வந்து சென்றனர். மதிய உணவுக்குக் கிளம்பும்போது நடைபாதையில்

ஒரு பெண் கீரைகளை வைத்திருந்ததைப் பார்த்ததும் இரண்டு கட்டுகளை வாங்கினார். அதை ஒரு கையில் ஏந்தியபடி வீட்டுக்கு வண்டியை விட்டவர் ரஞ்சனி இப்படி சாயங்காலத்தில் வாங்கிவரும் கீரைக்கட்டைப் பக்குவமாக அடுத்த நாள் சமையலுக்கென எப்படி நீரில் நட்டுவைப்பாளோ அப்படி ஒரு பாத்திரத்தில் நீர் நிரப்பிக் கீரைக் கட்டுகளை அதில் ஆழ நட்டுவைத்தார். அதன் அழகில் சில நொடிகள் சொக்கி நின்றார். வெளியே இளையவனின் குரல் கேட்டு வெளியே ஓடினார். ஏழுகல் ஆட்டம் ஆடிக்கொண்டிருந்த இளையவன் ஏழாம்கல்லை அடுக்கும் நிலையில் முதுகில் வலுவாக அடிபட்டான். 'ஸ்' என்று வலியால் துவளும்போது அடுக்கிய கற்கள் எல்லாம் சரிந்தன. வெளியே ஓடியவர் பையனின் குரல் கேட்டு "அய்யோ வலிக்கிதா" என்றபடி தடவப்போனபோது அவன் முறைத்தான். அதன் உக்கிரம் தாங்காமல் வீட்டுக்குள்ளே வந்தார். சின்னவன் இப்போதெல்லாம் இப்படித்தான் நடந்துகொள்கிறான். எப்போது, எதற்கு முறைப்பான் என்றே தெரிவதில்லை.

மதிய உணவு முடித்துவிட்டு வந்து கடையைத் திறந்தார். கடைக்கு எதிர்ச்சாலையில் இருந்த பெருங்கொன்றை மரம் தனது எல்லாக் கரங்களாலும் இயற்கை அன்னைக்கு மங்கல ஆரத்தி எடுப்பதுபோல மலர்ந்திருந்தது. எப்போதாவது கடையில் வந்து அமரும் ரஞ்சனிக்கு அந்த மரம் மிகவும் பிடிக்கும். இந்த சவப்பெட்டியில் கடிகாரங்கள் மரித்துப் போகாமல் காப்பது அந்தப் பெருங்கொன்றையின் மலர்களிலிருந்து கிளம்பும் மஞ்சள் ஒளியே என்பாள். பெருமூச்சிரைந்தவாறு அந்தப் பெருங்கொன்றை மரத்தைப் பார்த்தபோது அதன் கிளைகள் காற்றில் அசைந்து மஞ்சள் பூக்களைச் சிறு பறவையொன்றின் சிறகுகள்போல அவ்வப்போது உதிர்த்தது. மரத்தைச் சுற்றி மஞ்சள் கம்பளம் விரிந்து கிடந்தது. அது கட்ரி கோவில் வளாகத்தில் விரிக்கப்பட்டிருக்கும் மஞ்சள் கம்பளத்தை நினைவூட்டுகிறது என்று ரஞ்சனி ஒருமுறை அவரிடம் சொல்லியிருந்தாள்.

அவளுக்கு கட்ரி கோவில் மிகவும் பிடிக்கும். அடிக்கடி போகுமிடமது. கோவில் நுழைவாயில் மிகச் சிறிய கட்டடத்திற்குள் நுழைய ஏதுவான சிறு கோபுரம் மெல்லிய வடிவில் மனதை மயக்கும் நீலவண்ணத்தில் இருக்கும். அதில் நுழைந்த பின்னரே உள்ளே பரந்து கிடக்கும் மஞ்சுநாதப் பெருமான் நீக்கமற நிறைந்திருக்கும் பிரமாண்ட வளாகம் தெரியும். சுற்றி மலையின் அடுக்கொன்றும் அடர் காடும் சூழ்ந்திருப்பது கோவிலில் நுழையும்வரை தெரியாது. கட்ரி கோவிலுக்குக் கடைசியாகப் போய்வந்தபோது பிரசாத தீர்த்தம் வாங்க இடுப்புவரை குனிந்ததைப் பார்த்து ரஞ்சனி "நீங்க எப்போதும் மாறப்போவ

தில்லை” என்றதை யோசிக்கும்போது சோர்வாக இருந்தது. “அப்படி என்ன மாற்றத்தை அவள் என்னிடம் எதிர்பார்த்தாள்?” தன்னைத்தானே ராவ் கேட்டுக்கொண்டார். கடைக்கு வந்திருந்தவர் முதல் நாள் சரிசெய்து அவரிடம் கொடுத்துவிட்டுப் போயிருந்த கைக்கடிகாரத்தைக் கொடுத்தார். அவர் எவ்வளவு என்று கேட்டதற்கு “ஏனி பிரப்பளம் இல்ல, உளகட் நீரு இத்து. ட்ரை மாத்திரம் மாடீதேனே. பைசா பேடா பிடி” என்றார். வந்தவர் புன்னகைத்துக்கொண்டே புதிய கடிகாரம் ஒன்றை விலைக்கு வாங்கிக்கொண்டு கிளம்பினார்.

சாயங்காலம் கடையிலிருந்து வந்து தோட்டத்துக்குள் நுழைந்தார். கடந்த ஒரு வருடத்துக்குள் தோட்டத்து மல்லிகைச் செடிகள் சரியான உரமின்றி மெல்ல மெல்ல மடிந்துபோயின. ஒவ்வொரு மல்லிகைச்செடி மரிக்கும்போதும் ராவ் துளசிச் செடியை நட்டார். வீட்டைச் சுற்றித் துளசிச் செடிகள் இருந்தாலும், வீட்டு முற்றத்திலிருக்கும் துளசிமாடத்துத் துளசிக்கே நாளை கல்யாணம். அன்று கார்த்திகை வளர்பிறை ஏகாதசி ஒரு பொழுது விரதமெடுத்திருந்தார். கிடைத்த சிறிது நேரத்தில் வீட்டைச் சுத்தம் செய்தார். மறுநாள் துவாதசியன்று காலையில் துளசி கல்யாணம். காலை எழுந்தவுடன் துளசிமாடத்தைச் சுற்றிச் சுத்தம்செய்து சாணியால் மெழுகிக் கோலமிட்டுக் காவியிட வேண்டும். துளசிச் செடிக்கு வஸ்திரம் அணிவிக்க வேண்டும். கருகமணி, நகைகள் அணிவித்து அலங்காரம் செய்யலாமென்றும் நினைத்தார். ரஞ்சனியும் துளசிக்கு நகைகளை அணிவித்து அழகுசெய்வாள்.

கடைக்குச் சென்று பழங்கள், மஞ்சள், மணமுள்ள மலர்கள், தேங்காய் வாங்கினார். குத்துவிளக்குகளை அம்மாவை விட்டுச் சுத்தம்செய்யவேண்டும் என்றும் நினைத்தார். நிவேத்தியத்துக்கு சர்க்கரைப் பொங்கல்செய்ய வேண்டுமே என்றும் நினைத்துக் கொண்டார். எதையும் விட்டுவிடாமல் சரியாகச் செய்ய வேண்டுமே என்று அவர் மனம் குழம்பிக்கொண்டிருந்தது. ஏதோ திடீரென வயதாகிவிட்டது போலிருந்தது. வழியில் நெல்லிக்கொம்பு ஒன்று கண்ணில் பட்டது. அதை எடுத்து வந்து துளசிமாடத்தருகே வைத்தார். நெல்லிச் செடிக்கும் துளசிக்குமே நாளை திருமணம். பண்டிகைக்கு முதல்நாள் சாயங்காலம் குருபுரா நதிக்கரைக்குச் சென்றுவர வேண்டும். ஒரு சிறிய சொம்பில் நதி தீர்த்தத்தை எடுத்துக்கொண்டு வரச் சொல்வாள் ரஞ்சனி. அதில்தான் பூர்ண கும்பத்தை வைக்க வேண்டுமென்பாள். இந்த முறை கும்பமெல்லாம் வைக்க வேண்டாம் சாதாரணமாகப் பூஜை செய்தால் போதும் என்று நினைத்தார். வீதியில் பிள்ளைகள் மறுபடியும் ஏழுகல் விளையாடத் தொடங்கியிருந்தார்கள். அவர்

மகன் முதுகில் பந்தால் அடிவாங்காமல் தப்பித்து ஓடிக் கொண்டிருந்தான். எத்தனை முறை அதே விளையாட்டை விளையாடினாலும் பிள்ளைகளுக்கு மனம் அலுப்பதில்லை.

மறுநாள் பண்டிகையை முன்னிட்டு உள்ளூர் விடுமுறை. அதிகாலையிலேயே எழுந்து குளித்துவிட்டுத் துளசிக்கு எடுத்து வைத்திருந்த புது வஸ்திரத்தை எடுக்கப் பீரோவைத் திறந்தபோது, ரஞ்சனியின் வெங்காயத் தோல் வண்ணப் பட்டுப் புடவை கீழே சரிந்து விழுந்தது. பதினைந்தாம் திருமண நாளில் எடுத்துக் கொடுத்த புடவையது. கண்கள் கொஞ்சம் கலங்க அதை எடுத்துத் தனது மார்பின் மேல் போட்டு பீரோவிலிருந்த ஆளுயரக் கண்ணாடியில் பார்த்தார். அந்தப் புடவை அவருக்கும் அழகு சேர்த்தது.

துளசிச் செடிக்குப் புது வஸ்திரம் உடுத்திப் பிற நகைகள், மலர் மாலை எல்லாம் சூட்டிவிட்டார். வெண் பஞ்சை நீளமாய் நீட்டி இடையிடையே குங்குமத்தால் தொட்டுப் பிடித்துப் பஞ்சு மாலை செய்து அதையும் அணிவித்தார். ரஞ்சனியின் பஞ்சு மாலை மணிமாலை வடிவத்தில் இருக்கும். ஒவ்வொரு வருடமும் விதவிதமான வடிவில் செய்வாள். அலங்காரம் முடிந்து பார்த்த போது துளசிச் செடி மணப்பெண் போலவே மாறியிருந்தது. கொஞ்சம் தொலைவிலிருந்து பார்த்தார், திருப்தியாக இருந்தது. அவள் இருந்திருந்தால் என்று நினைத்துக் கொஞ்சம் கண்கலங்கியது. நெல்லிக் கொம்புக்கும் ஆடை, அலங்காரங்களுடன், துளசி மந்திரம் முழங்க, லஷ்மி பூஜையை முடித்தார்.

பையன்கள் இருவரும் அதிகாலையே எழுப்பிவிட்ட கோபம் தீராது சங்கை உரக்க ஊதியும், ஜதித் தட்டை வேகமாக அடித்தும் தங்கள் கோபத்தைத் தீர்த்துக்கொண்டார்கள். பூர்வாங்க பூஜையை முடித்ததும் கல்யாணி சர்க்கரைப் பொங்கலைக் கொண்டுவந்து வைத்தார். பாதாம் இலைகளைப் பரப்பி அதில் நிவேத்தியம் செய்தார் ராவ். புலரும் முன்னர் ஆரம்பித்த பூஜை முடிய ஏழரை மணியானது. நமஸ்காரம் செய்து எழுந்தபோது ராவ்வுக்கு தன்னை யாரோ பார்ப்பதுபோல் தோன்றியது. உடல் சிலிர்த்தது. பார்வையைச் சுழற்றிப் பார்த்தார்.

எதிர்வீட்டில் குடியிருக்கும் குடித்தனக்காரர்களின் பிள்ளைகள் பூஜையை வேடிக்கை பார்த்துக்கொண்டிருந்தார்கள். உறக்கக் கலக்கம் நீங்காத குழந்தைகளை அழைத்து அவர்கள்மீது மஞ்சள் நீர் தெளித்தார். நிவேத்தியத்தைக் கொடுத்து “ஸ்னானம் மாடினந்தரா இதன்ன தின்னபொகுது”என்று சொன்னார். தலையாட்டிக்கொண்ட குழந்தைகள் திரும்பி வீட்டுக்கு ஓடும்

வழியிலேயே சர்க்கரைப் பொங்கலை வாயிலிட்டுச் சுவைத்தன. தூப தீபங்களைக் கொண்டுபோய் பூஜையறையில் சேர்த்து விட்டு, துளி சர்க்கரைப் பொங்கலை வாயிலிட்டுக் கொண்டு அக்கடா என்று அமர்ந்தார்.

இரண்டடுக்குக் கொண்ட எதிர்வீட்டிலிருந்த மொத்தம் ஐந்து வீட்டிற்கும் கொண்டுபோய் கொடுப்பதற்காக ஐந்து சிறிய தட்டுகளில் தாம்பூலமும் மஞ்சள் குங்குமமும் சிறு தொன்னையில் சர்க்கரைப் பொங்கலுமிருந்தது. அதை எடுத்துக்கொண்டுபோய் எல்லா வீட்டிலும் கொடுக்கும்போது செளந்தர்யா ஏதோ சொல்ல நாணத்தோடு சிரித்துக்கொண்டே அவர் வீட்டிலிருந்து இறங்கி வந்துகொண்டிருந்தார். அவர் சென்றதும் “பச் பாபம்” என்று சொன்ன செளந்தர்யாவின் கண்களுக்கு ராவ் கட்டியிருந்த பஞ்ச கச்சம் இரண்டு வருடங்களுக்கு முன்னர் மகளிர் தினத்துக்கு வங்கிக்கு ரஞ்சனி அணிந்துகொண்டு வந்திருந்த கருநீலப் பட்டுப் புடவைதானோ என்ற சந்தேகம் எழுந்தது. தனது பூணூலை மறைக்க மேலாக எடுத்துக் கட்டியிருந்த அவரது கட்டு படியிறங்கிப் போகும் அவர் முதுகில் முந்தானை போல அசைந்து கொண்டிருந்தது. “ரஞ்சனி நோடுவந்தே உன்ட்டு” என்று அவள் முணுமுணுத்தது ராவ் காதில் விழுந்தது. விளையாட வெளியில் கிளம்பிக்கொண்டிருந்த சின்னவன் விழி மாறாமல் அவரைப் பார்த்தான்.

புரவி

5

கானல்

ராமஜெயம் கண்களை இடுக்கிப் பார்த்தார், கண்ணுக்கு எட்டிய தூரம்வரை பொட்டல் காடு வறண்டு கிடந்தது. தூரத்தில் கானல்நீர் கண்களைக் கலங்கடித்தது. வீராப்பாய் விறுவிறுவென்று புதுப்பட்டியிலிருந்து மொட்டை வெயிலில் நடக்கத் தொடங்கிய வேகம் வெயில் காந்தியதில் தோய்ந்துபோயிருந்தது. தலையில் மிச்சம் சொச்சமிருந்த நான்கு முடிகளையும், தலைக்கு மேல் போட்டிருந்த துண்டையும் தாண்டி நடுமண்டையில் சூடு இறங்கியது. 'ஆனி மாசம் முடியப்போகுது. முன்னெல்லாம் ஆனி பொறந்தாலே வெக்கை குறைஞ்சி மெல்ல காத்தெடுக்கும். இப்ப எங்க? மழ பெஞ்சா குளுமை கொஞ்சமிருக்கும். வெங்கடாஜலபுரம் நெருங்கிட்டா இந்தா ஊடு வந்துடும்' என்று நினைத்து மெல்ல எட்டுவைத்தார்.

கரட்டுமலை முருகன் கோவில் தெரிந்தது. நூறு படிக்கட்டுகளுக்குள் இருக்கும் சிறிய மலை. படிக்கட்டுகள் எல்லாம் சுண்ணாம்பும் காவியும் பூசி அழகாகக் காட்சியளித்தன. பழனிமலை மேல் இருக்கும் கோவண ஆண்டி போலவே சிங்கார வடிவேலன். மலையடிவாரத்தில் வேப்ப மரத்தின் இலைகள் சூரிய ஒளியில் ஜொலி ஜொலித்தன. மரநிழலில் வழிப்போக்கர் இளைப்பாற அமைத்த கருங்கலில் "அப்பனே முருகா" என்றபடி அமர்ந்தார். "இந்த காலமாட்டமா? புவனேஸ்வர்ல மவன் வீட்டுக்கிட்ட இருக்க பூங்கால போட்டுருக்கான் பார் உட்கார்ற கல்லு. அது என்னவோ மரமேசையை

வீட்டுல இழைச்சி செஞ்சாப்புல அவ்வளவு வழவழப்பு. இந்தக் காலத்துல எங்க அதெல்லாம், சர்தான் இப்படிக் கரடு முரடாவாவது போட்டு வைச்சாங்கலே, இல்லாட்டி வெக்கைல வரவன் நாக்கு தள்ளிரும்" என்று அருகில் யாரோ இருப்பதுபோல வாய்விட்டுச் சொன்னார். எதிரே அத்திக் குட்டை தெரிந்தது.

ராமஜெயத்தின் வீட்டைத் தாண்டி கீழ கோட்டம் போகும் வழியில் இருக்கும் கரட்டு பெருமாள்மலை கொஞ்சம் தொலைவில் தெரிந்தது. தொலைவிலிருந்து பார்க்கும்போது அந்தப் பெருமாள் கோவில் உச்சிக் கோபுரத்தின் மேலிருக்கும் விளக்குதான் வீடு அருகிலிருக்கிறது என்று சொல்லும் அடையாளம். ஏழு மலையாகத் தொடரும் அந்த மலையின் கரட்டு முருகன் கோவில்போல படிக்கட்டுகள் இருக்காது. கரட்டுப் பெருமாள் மலையுச்சியில் ஒய்யாரமாய் அருள்பாலிக்கும் செந்தாமரைக் கண்ணனை, அந்த ஊரில் திருப்பதிக்குப் போகமுடியாதவர்கள் சென்று தரிசிப்பார்கள். வீட்டுக்குப் போகவிருக்கும் சொற்ப தூரத்தைக் கடக்க அவருக்குத் தெம்பில்லாமல் இருந்தது. "சின்ன வயசுல கரட்டாம்பட்டியிலிருந்து எத்தனை முறை ஊருக்கு நடந்தே வந்திருப்பேன், இப்போது இப்படியிருக்கு. வயசாவுதில்ல" என்று நினைத்துக்கொண்டு அமர்ந்திருந்தார். "உங்களுக்கும் அம்மாவுக்கெல்லாம் வயசே ஆகாது மாமா, இந்த வயசுக்குள்ள எவ்வளவு உழைச்சிட்டிங்க. கம்பும் சோளமும் தின்ன உடம்புன்னு அம்மா சொல்லுவாங்க. உங்க வயசுல நாங்கெல்லாம் எப்படியிருப்போமோன்னு சொல்லுவா மருமவ. ஆனா இப்பெல்லாம் முன்னப் போல இல்ல."

அவர் ஊருக்குப் போக இன்னும் வெங்கடாசலபுரம் தாண்ட வேண்டும். ஆனால் வெங்கடாசலபுரம் அடுத்தத் தெருபோலத்தான். அவர் மருமகள் கிண்டலாகச் சொல்வதுபோல "உங்களுதெல்லாம் ஒரு ஊரு, மொத்தமே நாலு தெருதான்; தெருவுக்குப் பத்து வீடு. இதுக்குத் தனியாப் பேரு. பஸ் வசதி வேற." புதுப்பட்டியில் போன வேலை நிமிஷ நேரத்திலேயே நடக்காது என்று தெரிந்ததும், கரட்டாம்பட்டி முசிறி வண்டிக்குச் சாயங்காலம்வரை காத்திருக்க வேண்டாம் என்று நினைத்து சுரேஷைக் கைபேசியில் அழைத்தார். "திருச்சிக்கு கிளம்பிட்டு இருக்கேன் வேலயிருக்கு மாமா" என்றான். 'சொந்த வண்டிலதான் போறான் இப்படி திருப்புனா பத்து நிமிசம். எப்போவாவது முடியாமத்தானே கூப்பிடறோம் அப்பவும் வரலன்னு, சுருக்கென்று கோவத்துல கிளம்பி இப்படி நடந்து வந்தது மவனுக்குத் தெரிஞ்சா நல்லா திட்டிவிடுவான்' என்று நினைத்தார் அவர்.

ராமஜெயத்தின் சித்தப்பாவின் ஒரே மகள் திலகா. சிறுவயதிலேயே அம்மா இறந்துபோக ராமஜெயத்தின்

வீட்டிலேயே வளர்ந்தவள். தாய்மாமாவாக திலகாவின் மகன் சுரேஷுக்கு எவ்வளவோ செய்திருப்பார். கிருஷ்ணவேணியும் நாள் கிழமையென்றால் ‘அங்க தனியா ஆக்குறியாக்கும் இங்க வா’ என்று திலகாவையும் அழைத்து ஒன்றுக்கு நாலாகப் பலகாரம், காய்கறி விருந்து என்று தாம்தூம் செய்வாள். அப்படிப்பட்ட நாட்களில் திலகா அவள் அண்ணியோடு சேர்ந்து வஞ்சனையில்லாது வீட்டு வேலைகளையும் சமையல் வேலைகளையும் செய்வாள். அளவே இல்லாமல் வீட்டுக்கு என்ன வேண்டுமோ எடுத்தும் செல்வாள். கல்யாணமாகி கிருஷ்ணவேணி வந்தபோது திலகா மிகச்சிறியவள். அவளுக்கு வீட்டு வேலை, காட்டு வேலை, ஆள் அம்பு நிர்வாகம் எல்லாம் சொல்லித் தந்தது அவள் அண்ணி தான். சின்ன வயதிலிருந்தே அண்ணி எனக்கு அம்மா மாதிரி என்று சொல்லுவாள் திலகா.

“அவளுக்கு கல்யாணம் பண்ணிக் குடுத்து, இரண்டு பிள்ளைப்பேறு பார்த்து, எவ்வளவு செய்திருப்போம் நம்ம ஊட்டுல. நெல் மூட்ட ஏத்தற சமயத்துல வந்து நின்னு கூட மாட கணக்கெடுத்தா என்ன குறைஞ்சி போயிடுவானா, திலகா இதெல்லாம் சொல்லாம இருக்கா பாரு?” என்று கிருஷ்ணவேணியிடம் இவர் குறைபட்டுக் கொண்டால் “அவளுக்கும் ஆயிரமிருக்கு மனசுல. அவன் படிச்சான், வந்தான். கஷ்டப்பட்டு வேலைக்குப் போனான். சரியானபடி வேல அமையல. இங்க சும்மா எடுபிடி வேல பாக்கறான். நம்ம எதுவும் சொல்லி பிள்ள பொசுக்குன்னு எதுவும் பண்ணிக்கிட்டா” என்று சொன்னது நினைவுக்கு வந்தது. ‘அவ சொல்றது சரிதான் எதுவொன்னும்ன்னா நாமதான் பாக்கனும், சின்ன வயசுல திலகா மக கிணத்துல உழுந்துட்டா, காலு பின்னிகிட்டு முழி உள்ள சொருகிடுச்சினு தூக்கிட்டு ஓட்டமா ஓடினோம், காப்பாத்துனோம்,இவனுக்கு மட்டுமென்ன காலேஜ்ல என்னவோ தின்னுட்டு வயிறு ஒத்துக்காம வவுத்தலயா போய் கிடந்தப்பா யார் பார்த்தா, நான்தானே கூடவே இருந்து பார்த்துகிட்டன். அது மட்டுமா லட்சக்கணக்கா கொட்டிப் படிக்க வைச்சி, வெளிநாடு போவ காசு குடுத்து. எதுவும் நினைப்பில்ல. நன்றியில்ல. இப்படி நாற வெயில்ல நடக்க உட்டானே.’

சுற்றிப் பார்த்தார் ராமஜெயம். அத்திகுட்டை வற்றிக் கிடந்தது. குட்டையின் அடிஆழத்தில் கொஞ்சம் நீர் தெளித்தது போல ஈரமிருந்தது. ‘ஆடிமாசத்துக்குள் தூர் வாரி வச்சாத் தானே, மழை மாரி பெய்யும்போது நிறையும். இத்தனைக்கும் குட்ட வேலைக்கு வர்ர ஆள் தூர் வார்றது எல்லாம் கிடையாது. மம்புட்டில சும்மா நாலு கொத்துக் கொத்தறது, அப்படியே இரண்டு கூடை மண்ணை அள்ளிப் போட்டுட்டு வேல

முடிஞ்சதுனு உட்காந்துகிறது, எல்லாமே ஏமாத்து. முன்னக்காலம் மாறியா ? எல்லாம் இலவசமா கிடைக்கனும். உழைக்காம கஞ்சி குடிக்கனும்.' மனது என்னவோ நினைத்துக்கொண்டிருந்தாலும், குட்டையைப் பார்க்கப் பார்க்கப் பழைய நினைவுகள் அவரைப் பால்யத்துக்கு இழுத்துச் சென்றன. 'கோவிந்தனும் நானும் எத்தனைமுறை இந்தக் குளத்தில் நீச்சலடித்துவிட்டு, கிடைத்த தாமரையைப் பிடுங்கிக்கொண்டு கரட்டுமுருகன் கோவிலுக்குப் போட்டி போட்டுக்கொண்டு ஏறியதெல்லாம் இப்போது நடந்தது போலிருக்கு. வருஷம் ஓடிப் போச்சி எவ்வளவு ஓட்டம், எத்தனை கொண்டாட்டம்' வெங்கடாசலபுரம் தாண்டியிருந்தாலும் இந்தக் கரட்டுமலை முருகன் கோவிலும், அத்திக்குட்டையும், பாப்பாத்தியம்மன் கோவிலும் இரண்டு ஊருக்குமே பொது. 'கோவிந்தன் அவன் மச்சினன் பேச்சுக் கேட்டு ஊரைவிட்டு தர்மபுரி போய் அவங்க பண்ணையம் பார்க்கப் போயிட்டான். அவன் பொண்டாட்டி கெட்டிக்காரி, அண்ணன் கிட்ட வேலை கத்து முதல்ல மளிகைக் கட வைக்கச் சொன்னா, பின்ன வட்டிகட வைச்சான். அப்படியே லாரி வாங்கினான். அமோகமா வியாபாரம் விருத்தியாயி இப்ப நாப்பது லாரி ஓடுது. கம்பெனி முதலாளியாயிட்டான். அவன் போய் அங்க மளிகைக்கடை வச்சப்பவே கூப்பிட்டான். எனக்குத் தான் சொந்த ஊர விட்டு, ஜாதிசனத்த விட்டுப் போக மனசாவுல.'

பாப்பாத்தி அம்மன் கோவில் அருகே இரண்டு மூன்று பெரிய வண்டிகள் வந்து நின்றன. அதில் ஒன்று கோவிந்தன் வண்டியைப் போலவே இருந்தது. 'அதென்னவோ பேர் சொன்னானே, டஸ்டர்ன்னு, என்னடா டஸ்டர்ன்னா நம்ம ஸ்கூல்ல போர்ட் அழிக்க வச்சிருப்பமே அது பேருதானே டஸ்டர்ன்னு சொன்னப்ப சிரிச்சான் பாரு' என்று சொல்லித் தானும் சிரித்துக் கொண்டார். கோவிந்தனுக்கு ராமஜெயம்கூட வந்திருந்தால் இன்னும் பெரிய ஆள் ஆகியிருக்கலாம் என்று நினைப்பிருந்தது. அதைப் பலமுறை சொல்லவும் செய்தார். ஒவ்வொருமுறை சொல்லும்போதும் "எது எப்படியிருந்தாலும் சொந்த மண்ணு ஆவுமா, இங்கே இருக்க மதிப்பு அங்க வருமா" என்பார் ராமஜெயம். அப்படித்தான் கடந்தமுறை கோவில் கும்பாபிஷேகத்துக்கு வந்தபோது ராமஜெயத்துக் கையில் ஊர்ப் பெரிய தலைக்கட்டு என்ற முறையில் பூர்ணகும்பம் கொடுத்து, மாலை போட்டு, பரிவட்டம் கட்டி முதல் மரியாதை செய்தார்கள். அப்போது "உன்ன பார்க்கவே சந்தோஷமா இருக்கு. நீ எடுத்த முடிவுதான் சரி. தர்மபுரில எத்தனை ஆள தெரியும் எனக்கு. ஊருக்குள்ளயும் வெங்கடாசலபுரத்துலையும் சனம் உன்ன கும்பிட்ட மேனியா இருக்கு. எத்தனை செல்வாக்கு" என்றார் கோவிந்தன். 'எங்கத்த காடு கண்ணி இப்படி காய்ஞ்சி போவுன்னு நினைக்கில, நல்ல

மழ மட்டும் பெய்தா, வயல் விளைஞ்சி அறுத்தா, வீட்டுல அடுக்க எடம் போதாது ஹும்ம்' என்று யோசித்துக்கொண்டிருந்தவர் எண்ணத்தைக் கலைத்துப் பறந்தது பனங்காடையொன்று. அதன் நீலவண்ணத்தில் மெய்மறந்து புன்னகைத்தார்.

நூறுநாள் வேலைத்திட்டத்தில் வந்திருந்த சிலர் அத்திக் குட்டையின் மேல்கரையில் புல் பிடுங்கிக்கொண்டிருந்தனர், சிலர் குட்டைக்கு அருகே அமர்ந்து பேசிக்கொண்டிருந்தனர். தூரத்தில் மைனா படுத்துத் தூங்கிக்கொண்டிருந்தாள். அதைப் பார்த்ததும் ராமஜெயத்துக்குக் கண்ட கோபம் வந்தது. 'இங்க இப்படி தூங்கிட்டுத்தான் வீட்டுல வந்து இரண்டு பேர் துணி துவைக்க மாசம் ஐநூரு பத்தலன்னு சண்டை பிடிக்கிறா.' போன மாதம் ராமஜெயம் தன் மகன் குடும்பம் வந்திருந்தபோதும் இப்படித்தான்.

"இவ்வளவு துணி கிடக்கு இனிமே ஏழுநூறு வேணும் இல்லாட்டி துவைக்கமாட்டேன் " என்று சண்டை போட்டாள்.

"நீ கேட்கற காசுக்கு காட்டயே எழுதி வைச்சாதான் ஆவும். பிள்ளைங்க வந்த இரண்டு துணி சேராதா? அதுக்குத்தான் தனியா காசு வாங்கிக்கற, அப்பறம் என்ன வெங்காயத்துக்கு மாச காச ஏத்தனுங்கிற?"

"அய்யா எப்ப பாரு பட்டாசா வெடிக்கிறார். நம்மளால ஆவாதும்மா. இனிமே நான் இங்க துவைக்கமாட்டேன் பாத்துக்கங்க."

கிருஷ்ணவேணிதான் சாமர்த்தியமாக "அந்தக் காலத்துல இரண்டு மரக்கா எது விளையுதோ அது கொடுப்போம். வருஷத்துக்கும் துவைப்பாங்க. தீவாளி பொங்கன்னா இட்லி, பலகாரம் இப்படி ஏதாவது கொடுப்போம். வேறென்னத்த நாங்க கண்டோம். இவ்வளவு கோவம் ஆவாதுடி மைனா. போன தீபாளிக்கு கேட்டியே பட்டா மினுக்குற புடவ அது மாதிரி வர தீவாளிக்கு எடுத்துத் தரேன். காசு முன்னப் பின்ன வாங்கிக்கலாம் வேல பண்ணு" என்று சமாதானம் செய்தாள்.

பாப்பாத்தியம்மன் கோவிலின் சுற்றுச்சுவர் பச்சை மங்கிய நிறத்தில் காட்சியளித்தது. சின்னக் கோவிலென்றாலும் சுற்றிலும் சோலை போல மரமும் செடியும் மண்டிக் கிடந்தன. கொஞ்சம் மழைக்கு மட்டும் ஆத்தா கண்ணு திறந்தால் அந்த இடம் சொர்க்க பூமி. இப்போது மரம் செடி சோர்ந்து போய்க் கிடப்பதைப் பார்த்தார். குட்டை வேலைக்கு வந்தவர்கள் அந்த மரத்தடி நிழலில் அமர்ந்திருந்ததைப் பார்த்தவர் 'இன்னிக்கி மனுஷங்க இப்படி குந்திகிட்டே தூங்கிகிட்டே காசு பார்க்கனும்னு நினைக்கிறப்ப மள எப்படி பெய்யும். அதான் காஞ்சி கிடக்குது

பூமி. இப்பெல்லாம் கள வெட்ட ஆளு வந்தாக்கூட மதியானம் ஒரு மணிக்கே போயிடனும்ன்னு பறக்குது. குட்ட வேலக்கு கிடைக்கிறாப்புல இருநூறு ரூவா வேணுங்குது. அந்த நாளைல ஓராள் கூலி, இரண்டாள் கூலி, அந்தியாள் கூலிம்போம். இப்ப அந்தியாள் வேல செஞ்சிட்டு கூலிமட்டும் இரண்டாளு கூலி கேட்குதுங்க. களி முத்திருச்சி.'

கோவிலுக்கு வெளிச்சுற்றிலிருந்த புன்னை மரத்தடியில் அம்மனுக்குப் படையலிடுவதற்காகப் பெண்கள் சிலர் பொங்கலிட்டுக்கொண்டிருந்தனர். ஒன்றிரண்டு பெண்மணிகள் கோவிலைக் கழுவிவிட்டுக்கொண்டிருந்தார்கள். தண்ணீர் எடுத்துவர, விறகு பொறுக்கித்தர ஆண்கள் அலைமோதிக் கொண்டிருந்தனர். சில குழந்தைகள் கையில் எலுமிச்சம் பழங்களை எடுத்துக்கொண்டு தன் தந்தையருடன் ஓடின. உள்ளிருக்கும் வேலில் எலுமிச்சைகளைக் குத்திவைக்கப் போவார்களாக இருக்கும். இது அவர்களின் குலக்கோவிலாக இருக்கலாம். பல ஊரிலிருந்து பாப்பாத்தியம்மன் தங்கள் குலதெய்வமென்று வருபவர்கள் உண்டு. ராமஜெயமும், அவர் பங்காளிகளும் குரும்பலூர் அருகே மதவேணியம்மன் கோவிலுக்கும் வருஷா வருஷம் போய்வருவார்கள். கோவிந்தனுக்கு அதுவே குலதெய்வம். தீபாவளி முடிந்த எட்டாம் நாள் பெரிய வண்டி எடுத்துக்கொண்டு வருவார் அவர், பங்காளிகள் ஒத்துவரவில்லையென்றால் கோவிந்தனோடு குலதெய்வக் கோவிலுக்குப் போய்விட்டு வந்துவிடுவார் ராமஜெயம்.

பாப்பாத்தியம்மன் கோவில் தாண்டிய பெரிய பண்ணையின் தரிசுநிலத்தில் வீட்டுமனை பிரித்துப் போடப்பட்டிருந்தது. ஜெ. கே. நகர் என்று பெரிய தோரண வாயில் வைக்கப்பட்டிருந்தது. பெரிய பண்ணை வீட்டுப் பிள்ளைகள் திருச்சிக்குப் போய் வீடு கட்டிக்கொண்டு அஸ்திவாரத்தை மாற்றிக்கொண்டு வருடக் கணக்காகிவிட்டது. பெரிய பண்ணையார் இறந்தவுடன் அவருடைய சின்ன வீட்டம்மாவைத் துரத்திவிட்டு அந்த வீட்டை விற்றார்கள். பெரிய பண்ணை மனைவி இறந்ததும் அந்த அம்மா இருந்த வீட்டையும் விற்றார்கள். பொன்னாக விளையும் வயலையும் தரிசாகப் போட்டுவைத்திருந்தனர். இப்போது அது வீட்டு மனையாகப் பிரிந்து கிடக்கிறது. திருத்தலையூர் ஏரி பருவமழைக் காலங்களில் கொல்லி மலையில் பச்சை மலையில் மழை பெய்தால் நிறைந்துவிடும். அது நிறைந்தால் சுற்றியுள்ள எல்லா சிறிய ஏரிக்கும் நீர்வரத்து உண்டாகும். ஊர்க் கேணிகளில் தானாக நீர் ஊரும். "மனுஷனுக்குப் பேராசை. அவனுக ஊரவிட்டுப் போயி பத்து வருடம் இருக்குமா? இப்ப ஏதோ ஊர்த் தலைவரானுதும் அப்பறம் வரானுவ. அதுவும் இருக்கு மிச்ச நிலத்த

விக்கனும் அது மட்டும்தான் கண்ணு” என்று கிருஷ்ணவேணி சொல்வாள்.

“அண்ணன் ஜெயராம் தம்பி கண்ணன். ராமனும் கிருஷ்ணனும் சேர்ந்து ஊர ஒருவழி பண்ணாம விடமாட்டாங்க. தலைவரானதும் ஊருக்குப் பொது கக்கூஸ் கட்டிக் குடுத்தாங்க. அதுக்குப் போட்ட போர் நேர்குத்தா நல்லுசாமி வீட்டுக் கிணறு ஊத்து எடுக்காம வத்திப் போச்சு. நல்லுசாமி போர் போட்டாரு நம்ம கிணறு வத்திருச்சி” என்றாள் களைவெட்டுக்கு வந்திருந்த ஒருத்தி. கிருஷ்ணவேணி சொன்ன கருத்துக்குப் பதில் சொல்லியேயாகவேண்டுமென்று இன்னொருத்தி சொன்னாள், “அம்மா சொல்றது முச்சூடும் உண்மைங்கய்யா. அவிங்களுக்கு அவிங்க பொலப்புதான் முக்கியம். ஊருக்குச் செய்யறேன்னு சொல்றதெல்லாம் சும்மா நாடகம். போனவாரம் தான் தெரியுமே நம்ம நாத்தனா மவ வம்புக்கிழுத்தா, சும்மா எங்க ஊட்டுல கொஞ்சம் தள்ளிவுட்டாரு கீழ விழுந்தவ எந்திரிக்கவே இல்ல, கால் உடைஞ்சிருச்சின்னு ஆஸ்பத்திரில போய் படுத்துட்டு போலீஸ்ல எழுதி வைச்சிட்டா, தலைவர வரச் சொல்லுன்னு சொன்னாங்க. இவருக்கு போன் போட்டுப் போட்டு பாக்கறோம் இந்தா வரோம் அந்தா வரோம்ன்னு சொல்லி வரவே இல்லிங்கைய்யா, உள்ள வைக்கப் போனாங்க. அப்பறம் உங்களக் கூப்பிட்டோம். நீங்க வந்துமட்டும் சொல்லாம இருந்தா என் புருஷன ஜெயில்ல போட்டிருப்பாங்க.”

ஜெயராம், கண்ணன் இருவருமே அவர்களது அம்மா அப்பா இருக்கும்போது, அரசியலில் இறங்கி ஊர்த்தலைவர், ஒன்றியச் செயலாளர் பதவிக்கெல்லாம் வரும் முன்னர், ஊருக்கு வந்தால் அவர்கள் வீட்டுக்குப் போகும் முன்னாடி ராமஜெயத்து வீட்டுக்கு வந்து கிருஷ்ணவேணி கையால் காப்பித் தண்ணி குடிக்காமல் போகமாட்டார்கள். “சின்னம்மாபோல வராது சின்னிய்யாம்பானுங்க. கண்ணுப் பார்த்த நிமிஷத்துல காப்பி, பஜ்ஜி, குழிசட்டி ஏதாவது பண்ணிடும்” என்பார்கள். ‘இப்ப சிண்டு நிமிந்து போச்சு. காசு பாத்துட்டானுங்க. அதிகாரமும் வந்துடுச்சி. வீம்பயக பூமிய வித்துத் தின்னுட்டா, நாளைக்கு வெளிக்கிப் போக சொந்த ஊர்ல இடம் வேணாமா?’ என்று நினைத்துக்கொண்டார்.

கருடனொன்று விருட்டெனக் கீழ்நோக்கிப் பறந்து வந்தது. ராமஜெயம் பயந்து பார்த்தார், ‘அய்யோ அதுக்கு என்னாச்சு, அப்படி குண்டடிப்பட்டாப்புல கீழ வுழுவுதே’ என்று நினைக்கும் போதே பாம்பொன்றைப் பிடித்துக்கொண்டு மேலே பறந்தது. ‘கருடனப் பார்த்தா கன்னத்துல போட்டுக்கிறோம், ஆனா அது பாம்பைத்தானே பிடிச்சித் திங்கும்? என்னதான் மரியாதை

குடுத்தாலும், சமமா நடத்தினாலும் வஞ்சண்டையில்ல இழுக்கறானுவ' என்று நேற்று நடந்த சண்டையை நினைத்துப் பார்த்தார். காலையில் சாப்பிட உட்கார்ந்த நேரம் கீழ கோட்டத்தில் அவருடைய நிலம் பார்க்கும் சின்னராஜு வீட்டுக்கு வந்திருந்தான். எப்போதும் அவன் வந்தால் கிருஷ்ணவேணி ஏதாவது சாப்பிடக் கொடுப்பாள். அவன் சாப்பிட்டு முடிந்ததும்,

"ஏண்டா நேத்து ராத்திரி கரண்டு, ஏன் மோட்டார் போடல. தண்ணி எறைக்க எறைக்கத்தானே இன்னும் ஊறும்?"

"தூங்கிட்டேன்ய்யா."

"கொஞ்சமானும் பதப்பிருந்தா, அய்யோ கைநீட்டிக் கூலி வாங்கறமேனு நினைப்பிருந்தா, தூக்கம் வருமா?" என்று சொன்னதுதான் தாமதம்.

"கூலி குடுத்துட்டா, நான் என்ன உங்க அடிமையா, தூக்கம் துரவு இல்லாம உழைக்கனுமா?" என்று சாமி வந்ததுபோல குதிக்க ஆரம்பித்தான்.

"என்ன ராசு இப்ப என்ன சொல்லிட்டாரு, ஏத்தமா இறைக்கிறோம். கொஞ்சம் சிரமம் பாக்காம வேலைவெட்டி செஞ்சாத்தானே, கை மணக்க சாப்பிட முடியும்."

"நீ போட்ட சாப்பாடு மணம் கையிலிருந்து போவல ஆத்தா உங்க மூஞ்சிக்காகப் பாக்கறேன் இல்ல எப்பவோ காடு பாக்க மாட்டேன்னு சொல்லியிருப்பேன்" என்று சொல்லித் துண்டை உதறித் தலையில் கட்டிக்கொண்டு கிளம்பினான்.

"என்ன பேச்சு பேசறான் மட்டு மரியாத இல்லாம அவனை வெட்டிவிட்டாலே ஆச்சு."

"அவன விட்டா நமக்கு கெதியில்ல. கூலி குடுத்தா போதாது, எத சொன்னா அவன் எதிர்த்துப் பேசாம நம்ம சொன்னதக் கேட்டுக்கிட்டுப் போவான்னு தெரியனும்."

"ஒருகாலத்துல நாலு பண்ணையாளு வைச்சி வேல வாங்கின வம்சம், எத்தன பஞ்சாயத்து நம்ம வீட்டுல வைச்சி நடந்திருக்கு. என்ன தீர்ப்பு, சொல்லுக்கு மறு வார்த்த சொல்லாத மக்க இருந்த காலம். எவ்வளவு மரியாத இருந்துச்சி. இப்ப என்ன அப்படி தப்பா கேட்டுட்டேன்."

"வாஸ்தவம்தான். ஆனா இப்ப ஆளுங்க, கேட்டுக்கிட்டுப்போற மாதிரி இல்லயே மவன் சொல்லுவான் நினைப்பில்லயா."

ராமஜெயம் போய் வேலைக்கு ஆள் கூப்பிடுவதைவிட, கிருஷ்ணவேணி போய் அழைத்தாள் ஓடிவந்துவிடுவார்கள்.

வயிராரச் சோறு போடுவாள். வாஞ்சையாகப் பேசி வேலை வாங்கிவிடுவாள். 'நமக்கு இந்த நைசாப் பேசி வேல வாங்கிற தெல்லாம் ஆவறதில்ல. எப்படி வெட்டினா என்ன துண்டு இரண்டாத்தானே விழும்.' ஆனால் இப்போது எல்லோருக்கும் கையில் இருசக்கர வாகனம் இருக்கிறது. வருமானத்துக்கு வேறு வழியிருக்கிறது. மக்கள் யாரும் விவசாயக் கூலியை மட்டும் நம்பியில்லை என்பது ராமஜெயத்துக்கும் தெரிந்திருந்தது. ஆனால் பிறவி குணத்தை மாற்றிக்கொள்ள முடியவில்லை.

"பண்ணையம் பார்க்க முடியல. கூலிக்காரங்களோட மாரடிக்க முடியல. வயசும் ஆயிடுச்சி, மவனெல்லாம் எங்க இங்கேயே இனி வரப்போறான், கீழகொட்டடத்துத் தோட்டத்தையாவது வித்துடலாம்ன்னு பார்க்கறேன்" என்று கோவிந்தனிடம் தொலைபேசியில் சொன்னார்

"அதெல்லாம் ஏன் விக்கற, நிலம் இருந்தாலே தெம்பு தானே. போன வருஷம் நம்ம மச்சினன் நிலம் விக்க இங்க படாதபாடு பட்டுட்டேன் போ. பட்டா சிட்டா எதுவுமில்ல அதெல்லாம் வாங்கறதுக்குள்ள முழி பிதுங்கிப் போச்சு. கொஞ்சமாவது அதிகாரத்துல இருக்கனும் இல்லன்னா கவர்மெண்ட் ஆபிஸர் எவனும் மதிக்கிறதில்ல. ஆனா ஒன்னு முதல்ல நம்ம நிலம் பட்டா எல்லாம் கம்பூட்டர்ல ஏறிடுச்சான்னு பாரு."

"அதெப்படி பாக்கறது?"

"வி ஏ ஓ கிட்ட பேசினாத் தெரியும்."

வி ஏ ஓ விடம் காலையில் தொலைபேசியபோது "வாங்க பேசலாம்" என்று சொன்னார். காலையில் அங்கே போனப்பிறகு ராமஜெயத்தின் முகத்தைக்கூடப் பாக்காமல், தலையாரியை விட்டு "சார் இன்னிக்கி பிஸிங்க, நீங்க முசிறிக்கு தாலுக்காபீஸ் தான் போவனும்" என்று சொல்லிவிட்டான். 'காலைல பேசிட்டு தானே கிளம்பினேன் அப்பவே இத போன் மசுரலையே சொல்லியிருந்தா இப்படி வீணாப்போன வெயில்ல கிளம்பிப் போயிருக்க மாட்டேன். என்ன நொன்னைக்கு வான்னு சொன்னான்னு தெரியல.'

வேப்பமரத்தின் காற்று வீசியது கொஞ்சம் ஆசுவாசமாக இருந்தது. வேப்பமுத்து ஒன்று அவர் தலைமீது விழுந்தது. வந்தமர்ந்து வெகுநேரமாகிவிட்டது கிளம்பலாம் என்று ராமஜெயம் யோசித்த அதே நிமிடம் படுவேகமாகப் புழுதியைக் கிளம்பிக்கொண்டு டாட்டா சுமோ வண்டி ஒன்று வந்து ஜே கே நகருக்குள் நின்றது. முகப்பில் ஆளும் கட்சியின் அசையா சிறு கொடியிருந்தது. உள்ளே சுரேஷூம் இன்னும் சிலரும்

அமர்ந்திருப்பதைப் பார்த்தார் ராமஜெயம். கார் வந்து நிற்கவும் அதுவரை படுத்திருந்த மைனா எழுந்து ஓடிச்சென்று கதவருகே நின்றாள். காரிலிருந்து இறங்கிய ஜெயராமைப் பார்த்ததும், தலையைச் சொரிந்துகொண்டு நின்றாள். ஏதோ வாங்கிவரச் சொன்னானோ அல்லது வாங்கிக்கொள்ளச் சொன்னானோ கையிலிருந்து ரூபாய் தாளெடுத்து எடுத்து மைனாவிடம் கொடுத்தான். அதை வாங்கிக்கொண்டு வெங்கடாஜலபுரம் நோக்கி அவள் ஓடினாள். 'டீ வாங்கி வரச் சொல்லியிருப்பான். வெத்து சிறுக்கி காசுன்னு குடுத்த, காலு பொடனில இடிக்க ஓடும்.' வண்டியிலிருந்து இறங்கிய சின்னராஜு கையில் டின் டப்பாவும், அடி பிரஷுமாக நடந்து போய் வீட்டுமனைகளைப் பிரித்திருந்த கல்களில் மீண்டும் வண்ணமடித்து ஏதோ இலக்கத்தை எழுதிக்கொண்டிருந்தான். ஜெயராம் இறங்கியதும் வண்டி மறுபடி வேகமாய் முசிறி நோக்கிப் பறந்தது. பத்து நிமிடத்தில் விஏஓ அவரது இருசக்கர வாகனத்தில் வந்து இறங்கினார். அழைத்துக்கொண்டு வந்த சுரேஷ், கையைக் கட்டிய படி ஜெயராம் சொல்வதை என்ன ஏது என்று கேட்டுவிட்டுப் போனான். ராமஜெயம் அங்கே அமர்ந்திருப்பதை சுரேஷ், ஜெயராம் யாருமே கவனித்ததாகத் தெரியவில்லை.

'கண்ணுல கருப்புக் கண்ணாடி போட்டு கார்க்குள்ள இருக்கானுவல நம்மல எப்படி தெரியும்?' எழுந்து விடுவிடுவென ஒரே மூச்சாக நடந்தார். வெங்கடாசலபுரம் தாண்டி ஊர் பஜனை மடம் அருகே வந்த பின்னர்தான் நிதானமாக நடந்தார். வீட்டுக்குள் நுழைந்ததும் கைகால் கழுவத் தண்ணீர் எடுத்து வந்த கிருஷ்ணவேணியிடம் சொன்னார்:

"நான் அடுத்தவாட்டி தலைவருக்கு நிக்கப் போறேன்."

ஆவநாழி

6

உடையாத நீர்

"டொக் டொரக் டொல்ல்" பக்கத்து வீட்டுக் கிணற்றில் நீர் இறைக்கும் சத்தம் கேட்டு விழிப்பு வந்தது கமலாவுக்கு. திருமணத்திற்குப் பிறகு நிம்மதியாகத் தூங்கிப் பலநாட்கள் ஆகிவிட்டன. அதற்கு முன்னரும் இதே அறையில் எத்தனையோ முறை உறங்கியிருக்கிறாள் இருப்பினும் திடுக்கிட்டு எப்போதும் விழிப்பு வந்ததில்லை. "உச்" என்றபடி புரண்டு படுத்தாள். கொஞ்ச நேரம் கண் மூடிப் படுக்க முயற்சி செய்தாள். உறக்கம் வரவில்லை. மணி என்ன இருக்கும்? ஆறுக்குப் பதினைந்து நிமிடம் இருக்கும்போது பரோடாவில் காலை ஷிப்ட்க்கான முதல் சங்கு ஒலிக்கும். சங்கொலி காதைப் பிளக்கும்போது விழிப்பு வந்துவிடும். அப்போது எழுந்தால்தான் பரமானந்தம் கிளம்பும். எல்லா மேல் வேலைகளையும் முடித்து டிபனும், மதிய சாப்பாட்டையும் கட்டிவைக்கச் சரியாக இருக்கும்.

அம்மா சமையலறையில் ஏதோ உருட்டிக் கொண்டிருந்தாள். இந்த நேரத்திலேயே எழுந்து எல்லா வேலைகளையும் முடித்துவிட்டு ஒன்பது மணிக்கே டிவி முன்பு உட்கார்ந்துவிடுவாள். ஓய்வு பெறும் முன்னர் அலுவலகம் போகும் அவசரத்துக்கு அரக்கப்பரக்க வேலைகளைச் செய்யும் போக்கு அம்மாவுக்கு இன்னும் மாறவில்லை. 'ஒரு வேலைக்கு உதவறியா, நான் இவ்வளவு கஷ்டப்படறேனே' திரும்பத் திரும்பச் சொல்லும் விளம்பர ரிக்கார்ட்டுகள் போலத் தினம் சொல்லித் திட்டிய

அம்மா இப்போது ஏதேனும் உதவிக்குப் போனால் மேலே படாதே என்று ஒதுங்கிக்கொள்கிறாள். வேலை எதுவும் செய்யாதே என்று சொல்லாமல் சொல்கிறாள். 'நான் என்ன பெருவியாதிக்காரியா' கேட்க நினைக்கும்போதே கண்ணீர் முட்டிக்கொள்ளும். நான் நீங்கள் பெற்ற பெண்தானே அம்மா?

எழுந்து கொல்லைக்குப் போனாள் கமலா. கிணற்றை எட்டிப் பார்த்தாள். ஆழத்தில் நீர் கருப்பாய் அசைந்துகொண்டிருந்தது. திருமணத்துக்கு முன்னர் எத்தனையோ நாட்கள் இந்தக் கிணற்றடிதான் அவளுக்குச் சொர்க்கம். அம்மா சில தினங்களில் நிலாச்சோறு இங்கே வைத்துத்தான் தருவாள். திருமணத்துக்கு முதல்வாரம் ஒரு சாயுங்காலம் பெரியம்மா மகள்கள், சித்தி பையன்கள் கூட்டமாய் அமர்ந்து சாப்பிட்டது நினைவுக்கு வந்தது. எவ்வளவு ஆனந்தமான தருணம். இந்த ஆனந்தங்களுக்காகத் தானோ இவர்கள் பார்த்தவனைக் கை பிடித்தது? ஆனாலும் திருமணத்தின் கடைசிநொடியின் போதுகூட ஏதேனும் அற்புதம் நிகழாதா இங்கேயே இருந்துவிட மாட்டேனா என்று ஏன் ஏங்கினேன்? எனக்குப் பரமானந்தத்தை அப்போதே பிடிக்க வில்லையோ? இல்லை அவனைப் பிடிக்கும், பிடிக்காது என்று எந்த எண்ணமும் அப்போது இல்லை. அவன் வேலையும் சம்பள இலக்கங்களும் கண்டிப்பாகப் பிடித்திருந்தன. ஆனால் அம்மா வீடு, தெரு, கோவில்கள், சொந்தங்கள்; எதைவிட்டுப் போக வேண்டாமென்று இருந்தது? என்ன குழப்பம்? குழப்பமா என்றுகூடத் தெரியாத மனநிலை அப்போது. என் குழப்பம் அப்போது இவர்கள் யாருக்குமே தெரியவில்லை. அவ்வளவு ஆட்டமும் பாட்டமும் கிண்டலும் எல்லோரும் சந்தோஷமாகத் தானே இருந்தார்கள். "கமலா எப்படி ஜொலிக்கிறா பாரு. கல்யாணக்களை நாளுக்குநாள் கூடிட்டே போகுது" என்று பெரியம்மா சொன்னது நிஜமா? நானும் எல்லோர் முகத்திலுள்ள மகிழ்ச்சியை என் முகம் கண்ணாடியாகிப் பிரதிபலித்ததோ? அல்லது நான் நிஜமான சந்தோஷத்தில் இருந்தேனோ?

வாளிக்கயிறு எடுத்துச் சரசரவென்று இறக்கினாள். கிணற்றில் வாளி விழுந்ததும் நீர் கருப்பு வளையங்களாக நகர்ந்ததையே பார்த்துக்கொண்டிருந்தாள். வாளியைச் சற்று மேலேற்றி மீண்டும் "தொப்" என்று போட்டாள். நீர் சலம்பும் ஓசை அவளுக்கு உற்சாகத்தைக் கொடுத்தது. மீண்டும் அதே போல் செய்தபோது, "கல்யாணமாயிடுச்சி இன்னும் சின்னபிள்ள புத்தி போகல, உருளைய உருட்டிட்டே இருக்காத, வீட்டுக்கு ஆகாது. ஏற்கனவே இழுத்து வச்சி இருக்க ஏழரை பத்தாதா?" என்று உள்ளிருந்து அம்மாவின் குரல் அவள் உற்சாகத்தைக்

கலைத்தது. குளிக்கிற அறையிலிருந்து கொண்டுவந்த வாளியை எடுத்து வந்தாள். கிணற்றுநீரை இறைத்து வாளியை நிரப்பினாள். மாற்று உடையைக் குளியலறைக் கதவில் போட்டுவிட்டு வாளியை எடுக்கத் தம் கட்டினாள். கொஞ்சம் கனமாகவே இருந்தது. பரோடாவில் இப்படித் தண்ணீர் சேர்த்தி எடுத்துப்போய்க் குளிக்க வேண்டியதில்லை. குழாயைத் திறந்தால் தண்ணீர் கொட்டும். வாளியைக் குளியலறையில் வைத்தாள். ஆடைகளைக் கலைந்து தண்ணீரைத் தலைக்கு விட்டாள். உடல் முழுவதும் சில்லிட்டு அடங்கியது. சோப்பின் நறுமணம் அவளைக் கிளர்த்தியது. புத்துணர்ச்சி வந்து ஒட்டிக்கொண்டது.

பீரோவிலிருந்த ஆளுயரக் கண்ணாடியில் பார்த்தாள், விரிகூந்தல் பின்தோள்களில் அடர்ந்திருந்தது. அப்போது தான் குளித்துவிட்டு வந்திருந்த முகம் பளிச்சென்றிருந்தது. முகத்தை அழுத்தித் துடைத்தவள் கூந்தலை முன்னே போட்டு ஈரிலைத் துண்டால் தொடர்ந்து அடித்துக் கூந்தலில் பரவியிருந்த நீரை உதறினாள். மீண்டும் நிமிர்ந்தவளின் ஒருபுறமாகத் தோளிலிருந்து கழுத்து வழி அடர்ந்த கரு அருவியாக மார்பின் மேல் பரவி வழிந்திருந்தது கற்றைக் கூந்தல். பரோடா வீட்டில் அலங்கார மேசையில் ஆளுயரக் கண்ணாடி ஓவல் வடிவில் அதி அற்புதமான வேலைப்பாடுகளோடு இருக்கும். இதேபோல் ஒருநாள் தலைக்குளியல் முடித்துக் கூந்தல் தோள்வழி இறங்கி மார்பின் ஒருபுறத்தை மறைத்து இருந்தது. பரமானந்தம் பின்னால் வந்ததைக் கவனிக்காமல் கூந்தல் நுனியில் சொட்டிக்கொண்டிருந்த தண்ணீர்த் துளிகளின் பளபளப்பை ரசித்துக் கொண்டிருந்தாள். பின்முதுகில் மெல்லிய கம்பிகள் குத்துவது போல உணர்ந்த நொடியில் அவளது கூந்தலை விலக்கித் தோள்பட்டையில் சூடான முத்தமொன்றைப் பதித்தான் பரமானந்தம். திடுக்கிட்டுத் தன்னிலைக்குத் திரும்பியவள் பரமானந்தத்தை அருகில் உணரக் கொஞ்ச நேரம் பிடித்தது. அவன் வாயிலிருந்து சுரந்த எச்சில் அவள் ஜாக்கெட்டின் நுனியை நனைத்திருந்தது. அப்போது ஏதோ ஒரு பிடிக்காத மணம் அந்த இடத்தில் பரவியது. அவனை அப்படியே பிடித்துத் தள்ளிவிட்டாள். அவன் நொடிநேரம் நிலைதடுமாறிப் பின்னர் சமாளித்தான். அதிர்ச்சியோடு பார்த்தவன் கண்களில் தெரிந்த மிரட்சி அவளை மேலும் பயம் கொள்ளச்செய்தது. “குளிச்சிட்டேன் அதான்” என்றபோது வெளியில் தென்னை மரத்திலிருந்து தேங்காய் விழுந்த சத்தம் “தொப்” என்று கேட்டது. அருகில் இருந்த சிறுபுதர் போன்ற மலர்ச் செடிகளிலிருந்து “ஹோ” வென்ற சத்தத்தோடு சில பறவைகள் பறந்தன. பரமானந்தம் மௌனமாக அங்கிருந்து வெளியேறினான்.

"இவ்வளவு சீக்கிரமே குளிச்சிட்டு எங்கே புறப்பாடு?"

"வெள்ளிக் கிழமையில்ல அதான் அன்னகாமாட்சி அம்மன் கோவிலுக்குப் போகலாம்ன்னு."

"தினம்தான் போற. சரி போய் நல்ல புத்திகொடுன்னு அம்மனை வேண்டிக்கிட்டு வா"

பின்கட்டிலிருந்து சாம்பிராணிக் கரண்டியை எடுத்து அதிலிருந்த கரித்துண்டுகளைச் சுரண்டித் தட்டினாள். வெந்நீர் அடுப்பில் கனன்றுகொண்டிருந்த சில நெருப்புத்துண்டுகளை இடுக்கியில் எடுத்துச் சாம்பிராணிக் கரண்டியில் போட்டாள். சாம்பிராணியைத் தூவினாள். சாம்பிராணியின் சுகந்த மணம் கொல்லை முழுவதும் பரவியது. திண்ணையில் அமர்ந்து கரண்டியைக் கீழேவைத்துக் குனிந்து கூந்தல் கற்றையைக் கையிலள்ளி அலை அலையாய் விழுவதுபோலச் செய்து புகையில் காட்டினாள். கல்யாணத்துக்கு முன்னர் அவள் சிணுங்கச் சிணுங்க இழுத்துவைத்து அம்மா "இவ்வளவு முடிக்கு ஒழுங்கா தலை காய வைக்கலன்னா தலபாரம் வரும்" சொல்லிக்கொண்டே சாம்பிராணி போடுவாள். "ஹுக்கும்" என்று அம்மாவின் குரல் முதுகின் பின் கேட்டது. முகவாயைத் தோள்வரை இடித்துத் திரும்பும் சித்திரம் கமலாவுக்குத் திரும்பாமலே தெரிந்தது. அம்மாவுக்கு அப்படி என்ன என்மேல் கோபம். திருமணத்துக்கு முன்னர் எவ்வளவு சாப்பிட்டேனோ அதே அளவுதானே இப்போதும் சாப்பிடுகிறேன். வேற எதையும் புதுசா கேட்டுத் தொல்லை பண்ணலையே. பரமானந்தம் வாங்கிக் கொடுத்த புடவையைக் கட்டினாலே இந்த ஜென்மம் முழுக்கக் கட்டலாம். பரோடாவில் தேவலை. இப்படிச் செய்கையால் கொல்ல அங்கே யாருமில்லை. ஆனால் அங்கே ஏன் எனக்கு அதுதான் என் வீடு என்ற எண்ணமே வரவில்லை.

குவார்ஸ்டஸ் மரங்களும் செடிகளும் புதர்களும் விதவித மான நிறங்களில் மலர்களும் நிறைந்து வனம்போல இருக்கும். திருமணம் முடிந்துபோன முதல் மாலைப்பொழுதில் எங்கேயோ சொர்க்கத்துக்கு வந்துவிட்டதுபோல இருந்தது. வீட்டில் இறங்கிய தினம் மாலை மயங்கி இருந்தது. அதுவரை திருமண அலைச்சல், விருந்து சாப்பாடு, வயிறு நோவு என்று இரண்டு மூன்று நாள் பரபரப்பு எல்லாம் அடங்கி முதல்முறையாக வேறு ஏகாந்தமான தேசத்துக்கு வந்துவிட்டது போலிருந்தது. எங்கிருந்தோ மயில் அகவும் ஓசை கேட்டபோது எப்படிப்பட்ட அற்புதமான இடம்; கொடுத்து வைத்தவள் நான் என்று மனம் பறக்கத் தொடங்கியது. இதெல்லாம் எனக்கே எனக்கா என்ற கேள்வியும் சந்தோஷமும் பொங்கியது. பரமானந்தம் "முத டைம் பண்ணப்ப வலிச்சதா?

கொஞ்சம் ரத்தம்கூட வருமாம். உனக்கு வந்ததா?" என்று கேட்ட அந்த நொடியில் மயிலின் அகவல் மிக நாராசமாக ஒலித்ததா?

நாள் தள்ளிப்போனதென்று பரமானந்தத்தின் குடும்ப மருத்துவரிடம் போனபோது, உள்வழிப் பரிசோதனை செய்ய வேண்டி பரமானந்தத்தை வெளியே காத்திருக்கச் சொன்னார் மருத்துவர் அம்மா. "டாக்டர் எனக்கொரு சந்தேகம். கன்னித்திரை முத டைம் இன்டர்கோர்ஸுக்கு முன்னமே டேமேஜாக வாய்ப்பு இருக்கா?" பதிலெதுவும் சொல்லாமல் புன்னகைத்தாள் டாக்டர். பரிசோதனை முடிந்ததும் அவள் புடவையைச் சரிசெய்து கொண்டு வந்ததும் பரமானந்தத்தை அழைத்தாள் டாக்டர்.

"*Parama I think she is not pregnent. She has irregular periods.* அத சரி பண்ணனும் முதலில். *By the way* கமலா பிரியட்ஸ் வந்துருச்சான்னு அடிக்கடி செக் பண்ணி பாப்பீங்களோ?" என்று கேட்டாள்.

"உனக்கு ஏன் பிரியட்ஸ் ரெகுலர் பண்ணிக்கனும்னு முன்னமே தோணல?"

"அம்மா கிட்ட எப்படிச் சொல்றதுன்னு அப்ப தெரியல."

"அதெப்படி அவங்களும் கண்டுக்காம இருந்தாங்க. இது குழந்தை பிறக்கறத தள்ளிப்போடும்ன்னு தெரியாதா?"

பரோடா வீட்டில் இருந்த ஒவ்வொரு நொடியும் வினோத மான எண்ணங்கள் எழுந்தன. கதவு தட்டப்படும் ஒவ்வொரு முறையும் அது யாரேனும் கயவனாக இருந்தால், வெளியேபோன பரமானந்தம் வர நேரமானால் ஏதேனும் விபத்து நிகழ்ந்திருந்தால், அப்படி விபத்தென்றால் என்ன செய்வது இப்படிப் பல எண்ணங்கள். பரமானந்தம்கூட இருந்தபோது இறுக்கமான தனிமை கோட்டைச்சுவர்போல எழும்பி அதன் கதவுகளை இறுகமூடி கமலாவை உள்ளே வைத்திருந்தது. வழக்கம்போல வேலைகளை முடித்த ஒருநாள் சாயுங்காலம் ஏதோ பார்ட்டி என்று போனவன் வரும்முன்னர் உறக்கம் வந்துவிடச் சீக்கிரமே தூங்கிவிட்டாள். எப்போது அழைப்பு மணி அடித்தான் என்று தெரியாமல் திறந்துவிட்டு மீண்டும் வந்து உறங்கிவிட்டாள். உறக்கத்திலிருந்தவளின் கைகளைப் பற்றிக்கொள்ள திடுக்கிட்டு விழித்தாள். "இப்பதானே கதவ திறந்துவிட்ட, பாத்ரூம் போயிட்டு வரத்துள்ளவா தூங்கிப் போயிருக்க முடியும்ன்னு நினைச்சேன். சாரி" என்றவனை மன்னித்துவிட்டாலும் அன்றிரவு அவள் உறங்கவேயில்லை.

உள்ளறைக் கொடியில் முந்தைய நாள் சாயுங்காலம் கோவிலுக்குப் போகவென்று கட்டிய பட்டுப் புடவையை நிழலில்

ஆறட்டுமென்று காற்றாடப் போட்டிருந்தாள். அது உறக்க எரிச்சலில் இருந்தவளைப் பார்த்துச் சோகமாய் அசைவது போலிருந்தது. அருகில் சுவரில் மாட்டியிருந்த பரமானந்தத்தின் சட்டை ஃபேன் காற்றில் படபடத்துப் புடவை அருகில் ஆடிக் கொண்டிருந்தது. சட்டையின் நிழல் நீண்டு அவளருகே ஆடியது அவளின் நினைவைக் கலைத்துப் பயம் கொள்ளச் செய்தது. சட்டென எழுந்து மின்விசிறியை அணைத்தாள். விடுவிடுவெனப் புடவையை உருவி எறிந்தாள். பெருமூச்செறிந்தாள். சுருக்கங்களை நீவி மடித்து பீரோவில் வைக்கத் திறந்தாள். சந்தனமும் அத்தரும் கலந்த வாசனை கொஞ்ச தூரம் பரவியது. பீரோவை மூடி விட்டுத் திரும்பினாள். வீட்டின் கொல்லையில் தோட்டமிருந்தது. திருமணத்துக்குப் பின்னர் ஒருமுறை அம்மா வீட்டுக்குப் போன போது எடுத்துக் கொண்டுவந்த அடர்நீல செம்பருத்திப் பதியன் செடியாகி முதல்முறை பூப் பூத்தபோது ரசித்து நின்றவளைச் சொடுக்கித் திருப்பியது பரமானந்தத்தின் குரல்.

“அப்படி என்னதான் இருக்கு இந்தச் செடி கொடிகள்ட்ட? அத பார்த்து பூரிச்சி நிக்க முடியுது, வீட்டுக்குள்ள வந்தா மட்டும் எதையோ பறிகொடுத்த மாதிரி உம்முன்னே இருக்க.”

மரக்கிளைகளில் அப்போது கீச்சுகாச்சென்று சத்தமெழுப்பிக் கொண்டிருந்த பறவைகளின் ஒலிகூட ஒரு நொடி காதில் விழாமல் போனது. உள்ளே போய் ஏதோவொரு புத்தகத்தை எடுத்துக் கையில் வைத்துக்கொண்டு உட்கார்ந்தாள்.

“எப்போ பாரு எதாவது புத்தகத்தை குழந்தை மாதிரி மடியில் வைச்சிக்கிட்டு என்னதான் கிடைக்கும் படிச்சிட்டே இருந்தா? அந்த நேரத்தில் என்கிட்ட பேசலாமில்ல.”

“...”

“என்கிட்ட பேசறதே இல்ல. வெளில கூட்டுட்டுப் போறேன்னாலும் வரதில்ல. நானும் கெணத்துத்தண்ணி தானேன்னு எத்தனை நாளைக்குப் பொறுமையா இருக்கறது?”

சற்றே புலர்ந்திருந்தபோது அன்ன காமாட்சியம்மன் கோவிலை அடைந்திருந்தாள். அது மிகச்சிறிய வனத்தின் நடுவில் அமைந்திருந்தது. இத்தனை பரபரப்பான நகரின் நடுவில் இப்படியொரு சிறுவனம்போல நிர்மாணித்து இந்தக் கோவிலைக் கட்டிவைத்திருக்கிறார்களே என்று ஒவ்வொரு முறை அங்கே வரும்போதும் வியக்காமல் இருக்க முடிவதில்லை. புங்க மரத்தில் கருநீலமும் வெள்ளையும் கலந்த மொட்டுகள் வசீகரமாய் மலர்ந்திருந்தன, மடல் விரிந்த சில மலர்கள் கருநீலச் சிப்பிகள் போலக் காட்சியளித்தன. சாம்பிராணி மணமும், ரோஜா,

சம்பங்கி, மல்லிகை கலந்து ஒரு சுகந்த நறுமணம் மணந்து, மனதை மிதக்கும் பாலம் போலாக்கிக்கொண்டிருந்தன. கோவிலில் கோபுரம் நளினமான நடனக்காரியின் இடைபோல மெலிந்து அக்கோவிலின் பேரழகை, இளங்காலை வெயில் கசியவிட்டுக் கொண்டிருந்தது. வெட்கத்தில் சிவந்த பெண்ணின் கன்னத்து அழகுபோல் மிளிர்ந்துகொண்டிருந்தன கோபுரத்தின் மேலிருந்த சில சிலைகள். வனத்துக்குள் பொதிந்து அமைதியாய் அமர்ந்திருந்தது கோவில். கோவில் சுவரில் மீராவின் படம் வரையப்பட்டிருந்தது. அந்த ஓவியத்தைச் சுற்றி மரம், செடி, கொடிகள், மான்கள், நதி எல்லாமிருந்தன. அந்த நதிக்கரையில் தம்பூராவை அணைத்துப் பிடித்தபடி மயங்கி இருந்தாள் மீரா. வனம் போன்ற அந்த இடத்துக்கு மீரா எப்படி வந்தாள். திருமணமானவள் வீட்டிலில்லாமல் வனத்துக்கு வர முடியுமா? கையில் உள்ள தம்பூராவை மீட்டிய வண்ணம் கண்மூடி அவள் காண்பது எதை? அவளுக்கும் இந்த உலகத்துக்கும் சம்மந்தமே இல்லாதது போன்றதொரு முகபாவனை. ஒருவேளை என்னைப்போலவே மீராவுக்கும் அதிகம் உறக்கம் வருமோ?

“ஏ, கமலா பொம்பளப் பிள்ளைக்கு என்ன எப்போது பாரு அப்படித் தூக்கம். பரமு சாப்பாடு இல்லை பசிக்கிது அத்தன்னு சொல்றார். அவர் என்கிட்ட வந்து சொல்றதுபோல இருந்துட்டியே. மானம் போகுது பொண்ணு வளர்த்த லட்சணம் பாருன்னு என்னைத்தானே சொல்லுவாங்க” என்று அம்மா கத்திக் கொண்டிருந்தாள். “அம்மா ஏன் இப்படித் தேவையில்லாமல் திட்றீங்க தூக்கம் வந்து தூங்கினா தப்பா” என்றவளிடம், “அதெப்படி நான் படுக்கைக்கு வர முன்ன நீ தூங்குவே அவ்வளவு அலட்சியம். இவன் என்ன பண்ணிடுவான்னு நினைப்பா, இப்போ உன்னை என்ன செய்யறேன் பார்.” பரமானந்தத்தின் கையில் இருந்த செம்பில் ஓங்கி மண்டையில் அடித்தான். “அய்யோ வலிக்குது ரத்தம் வருது, ஆமா உனக்கும் ரத்தம் வரும்” என்றாள் நிர்மலா டாக்டர். பரமானந்தம் ஆபாசமாய்ச் சிரித்தான். அவன் முகத்தைப் பார்க்க மிகவும் பயமாக இருந்தது. “அப்படியே பயந்த மாதிரி முகத்தை வைக்காதே பார்க்கப் பத்திக்கிட்டு வருது. மீண்டும் சொம்பை ஓங்கினான்” திடுக்கிட்டு விழித்தாள்.

கடிகாரத்தில் 4.45 ஆகியிருந்தது. சற்றுப் புரண்டு படுத்தவளை முதல் சங்கு உசுப்பியது. அதற்குள் ஒருமணி நேரம் ஆகிவிட்டதா என்று பார்த்தாள். அது 4.45 தான் காட்டிக் கொண்டிருந்தது. பகல் முழுவதும் பலமுறை பார்த்தபோதும் அதே நேரத்தைக் காட்டிக்கொண்டிருந்தது. வேலை ஒய்ந்து கடிகாரத்தைப் பார்த்தாள். நொடி முள் நகரத் துடித்துக் கொண்டிருந்தது. அது ஆறிலிருந்து ஏழுக்கு நகர்ந்து

பின்னர் ஆறுக்கே திரும்ப வந்துகொண்டிருந்ததைப் பார்க்க எனக்கென்னவோ என் நிலையை நினைத்துக் கடிகார முள்ளும் நிற்கவும் முடியாமல் நகரவும் முடியாமல் இருக்கிறதோ என்று தோன்றியது. பக்கத்துவீட்டு மாமி எப்படி என்னிடம் அவ்வளவு உரிமைகொண்டு பேச முடியும்? எந்த விதத்தில் அவர்கள் எனக்குச் சொந்தம்? அதுவும் அந்தரங்கத்தைப் பேச, நான் அம்மாவிடமே அந்தரங்கமான விஷயத்தைப் பேச மாட்டேன் இவர்களிடமெல்லாம்... சே என்ன வாழ்க்கை.

துவைத்துக் காயப்போட்டிருந்த துணிகளை எடுத்து நீவி மடித்துக்கொண்டிருந்தாள். பரமானந்தம் மிக்வும் கோபமாக வந்தவன் "மாமிகிட்ட என்ன சொன்ன, நான்தான் உன்ட்ட கொஞ்சம் பேசிப்பாருங்கன்னு சொன்னேன். பெரியவங்கன்னு கொஞ்சம் கூட மரியாதையே இல்லாம அவ்வளவு திமிரா" என்று கமலாவை அடிக்க ஓங்கினான். பால் குக்கர் வீரிட்டு விசில் அடித்தது. அதை நோக்கித் திரும்பியவன் ஆவேசத்தோடு பால் குக்கரைத் தூக்கிப்போட்டான். தடாலெனச் சத்தத்தோடு விழுந்த குக்கரிலிருந்து தெறித்த பால் காருண்யாவின் கன்னத்தில் விழுந்து சூட்டில் பழுத்தது. பால்குக்கர் பரிதாபமாகத் தரையில் இடமும் வலமுமாக உருண்டது. தரையில் பால் கோரமுகமொன்றை வரைந்தது. கமலாவின் பயந்த கண்களைக் கண்ட அவன் பக்கச் சுவர்களில் ஓங்கிக் குத்தினான். "அய்யோ உங்க கை" அவசரமாகப் பிடித்துத் தடவித்தர ஓடியவளை விலக்கித் தள்ளினான். கண்ணாடி வளை உடைந்து குத்தியதில் அவன் கைகளில் இரத்தம் வழிந்தது.

"ஏ, கமலி *what a surprise.* எப்போ வந்த, இவ்வளவு காலையில கோவிலுக்கு வந்திருக்க?"

"சந்துரு நீயா? எப்பவும் இங்க வருவியா? இரண்டு வாரமா கோவிலுக்கு வரேன் உன்ன நான் இங்க பாக்கறதேயில்ல."

"வெள்ளிக்கிழமை மட்டும் வருவேன். சீக்கிரம் வந்துட்டுப் போயிடுவேன். இன்னிக்கி கொஞ்சம் லேட். எல்லோரும் நல்லா இருக்கனும்ன்னு வேண்டிக்க வருவேன்."

"ரம்யா சௌக்கியமா. உங்க கல்யாணம் முடிஞ்சி அஞ்சாறு மாதம் ஆச்சுல்ல. விஷேசம் எதுவும் உண்டா?"

சந்துருவின் முகம் கொஞ்சம் இருண்டு மீண்டும் இயல்பு நிலைக்குத் திரும்பியது. அருகில் அமர்ந்தவன் உடலிலிருந்து ரோஜாப்பூ மணமெழுந்தது. அவன் புன்னகை மிகவும் வசீகரித்தது. இதே கோவிலில் வைத்துத்தான் சொன்னான், "உன்னைக் கல்யாணம் செய்துக்க ஆசைப்படறேன்." அப்போது

வேண்டாமென்று சொல்லத் தெளிவான காரணமிருந்தது. பணம், அந்தஸ்து. பாவம் சந்துரு வாடித்தான் போனான். இரண்டு வருடங்களுக்கு மேல் ஆகிவிட்டது. சந்துருவைக் கடைசியாகப் பார்த்து. என்ன பேசுவது? சந்துருவின் பார்வையைத் தவிர்க்க சுவர் பக்கம் திரும்பினாள். மீண்டும் சுவர் ஓவியங்கள் கண்ணில் பட்டன. மீராவின் ஓவியத்துக்கு எதிர்வரிசையில் ஒய்யாரமாய் இடுப்பை ஒடித்துக்கொண்டு நிற்கும் கிருஷ்ணன். கொஞ்சம் உற்றுப் பார்த்தால் ஓவியத்திலிருந்து இறங்கி நின்று குழலை ஊதுவான் போலும், அத்தனை தத்ரூபம். அருகிலிருந்த கோபிகை தன்னை அணைத்தும், அவளை அணைக்காதபடிக்குப் புல்லாங்குழலை மீட்டும் பாவனையில் எங்கோ கனவில் மிதக்கும் கிருஷ்ணனின் நீள வடிவ வசீகரக் கண்கள். ஓவியக் கண்ணனின் கண்களைப் பார்த்தாள், அவை சொக்கி இழுத்தன. சந்துருவின் கண்களும் அப்படித்தான். எங்கே அவள் இருந்தாலும் அவளையே பின்தொடரும். ஒவ்வொரு செய்கையிலும் அவன் காதலை வெளிப்படுத்திக்கொண்டே இருக்கும். அப்போதே சந்துரு மேல் ஆசையிருந்ததா? இல்லை அவள்தானே அந்தக் காதலை நிராகரித்தாள். குடும்பம், அந்தஸ்து என்ற எல்லாமே பொய்யான காரணங்கள். அவள் திருமண இலக்கு பணம், பாதுகாப்பான வாழ்க்கை. வீட்டாருக்குப் பிடிக்காது என்பது அவள் ஒளிந்துகொள்ளப் பாதுகாப்பாய்த் தேர்ந்தெடுத்த காரணம்.

"என்ன யோசனை பலமா இருக்கு. ஹோன்னு கொட்ற அருவி ஆப் பண்ணி வைச்சாப்புல அமைதியா இருக்கு. எப்படியிருக்க?"

"நீ என்னை லவ் பண்ண காலத்தில் இருந்தது போலில்லை."

சந்துருவின் முகத்தில் கொஞ்சம் கலவரம் தெரிந்தது. பறவைகள் திடீரென ஆரவாரம் செய்தன. "வா கோவிலுக்குள்ள போவோம்" என்றதும் கோவிலுக்குப் போனாள், அபிஷேகம் நடந்துகொண்டிருந்தது. அலங்காரம் இன்னும் ஆரம்பிக்க வில்லை. அம்மனின் முகம் கலையற்று இருந்தது போலிருந்தது. நீர் வார்த்து சந்தனப் பொட்டு மட்டும் வைத்து ஆரத்தி நடந்தபோது கண்ணீர் நிறைந்து அம்மன் முகத்தை மறைத்தது. கோவில் கிணற்றிலிருந்து அபிஷேகத்துக்குத் தண்ணீரைக் குடத்தில் நிறைத்து ஒவ்வொருவராகக் கொண்டுவந்து கொடுத்தார்கள். சந்துருவும் ஒரு குடம் கொண்டுவந்தான். கமலா பாதிவழியில் போய் வாங்கிக்கொண்டு வந்தாள். உள்ளே அம்மனுக்கு ஊற்றக் கொடுத்தாள். அபிஷேகம் முடிந்து திரை போடப்பட்டது.

"இப்படிக் கொஞ்சம் உட்காருவோம்."

மகிழ மரத்தடியில் அமர்ந்தபோது மகிழம்பூ ஒன்று கமலாவின் தலைமேல் விழுந்து சரிந்து அருகில் விழுந்தது. அதை

எடுக்கப் போகும் அதே நேரம் சந்துருவின் கைகள் அதை எடுத்தது. "உனக்கு மகிழம்பூ ரொம்பப் பிடிக்குமே" என்று நீட்டினான். வாங்கிக் கையில் வைத்துக்கொண்டு சுழற்றித் திருப்பி அழகு பார்த்தாள். சம்பங்கி மாலையை யாரோ எடுத்துக்கொண்டு போனார்கள். வாசனை மயக்கியது. இருவரும் மூச்சை ஒரு கணம் இழுத்தனர். "அப்பா என்ன வாசனை" என்றான். கமலா முகம் மலர்ந்தது. கண்கள் பிரகாசமாய் ஒளிர்ந்தன. சந்துரு எதுவும் பேசாமல் அவளையே பார்த்துக்கொண்டிருந்தான். எதேச்சையாக அவன் பக்கம் திரும்பினாள். ஒரு நொடி இருவர் பார்வையும் கலந்து விலகியது.

"ஒருவேளை நீ கேட்டபோதே உன்னைக் கல்யாணம் பண்ணியிருந்தா இன்னும் கொஞ்சம் சந்தோஷமா இருந்திருப்பேனோ?"

விருட்டென எழுந்து நடந்தான் சந்துரு. சூரியனை மேகம் மறைக்க ஒருவிதமான இருட்டு சூழ்ந்தது. கமலா எழுந்து பார்த்தபோது சந்துரு கோவில் வாசல் தாண்டி நடந்து போய்க் கொண்டிருந்தது தெரிந்தது. "அடைந்து கிடக்கும் தண்ணீர் எப்படி உடையும்?" திரும்பிக் கோவிலுக்குள் பார்த்தாள். திரையை விலக்கி இருந்தார்கள். மஞ்சள் பட்டுடுத்திக் கழுத்தில் செம்பருத்தி மாலையும் தலைக் கீரிடம் போல் சுற்றி அலங்கரிக்க பட்டிருந்த சம்பங்கியும் தவிர வேறெந்த அலங்காரமும் இல்லாமல் ஜொலித்த அன்ன காமாட்சி அமைதியாய் அவளைப் பார்த்து நகைப்பது போலிருந்தது.

விருட்டெனக் கிளம்பிய சந்துரு அடர்ந்து வளர்ந்து குபீரென்று பூத்து நின்ற சரக்கொன்றை மரத்தைத் தலை நிமிர்ந்து பார்த்தான். கடந்த வாரம் வந்தபோது இந்த மரம் இங்கேதான் இருந்ததா என்று அவனுள் எழுந்தது சந்தேகமா, குழப்பமா என்னவென்று சொல்லத் தெரியாத மனநிலையா யோசித்துக்கொண்டே நடந்தான். பேருந்து நிறுத்தம் அடையும் முன்னரே ஒரு பேருந்து அவனைக் கடந்து போனது. அது எங்கே செல்கிறது என்று கவனிக்கக்கூட விரும்பாதவனாக வேகமாய் ஓடிப்போய் ஏறினான். யாரோ அவனைத் துரத்திக்கொண்டு வருவதுபோலப் பேருந்தின் வாசலிலிருந்து எட்டிப் பார்த்தான். கொஞ்சம் தூரத்தில் கைக்கெட்டும் தூரத்தில் மலர்ந்திருந்த கொன்றை மலர்களைப் பார்த்து "இன்றுதான் பூத்துக் குலுங்க வேண்டுமா என் சண்டாள மரமே" என்று சொல்லிப் பேருந்தினுள்ளே சென்று அமர்ந்தான்.

'எப்படிச் சொல்லிவிட்டாள் எளிதாக, முன்னரே கேட்டது தானே, இவளுக்கு என்னென்ன விதமாய் என் அன்பைக்

கடத்தியிருக்கிறேன். எல்லாம் அறிந்துதான் இருந்திருக்கிறாள். என்னால் இப்போது தாங்கவே முடியலையே, இன்று வந்து ஏன் சொன்னாள்' அவனால் எண்ணங்களை ஒருநிலைக்குள் அடக்க முடியவில்லை. அப்படியே இந்த ஜன்னல் வழி எனது ஆவி பிரிந்து எங்கேனும் சென்றுவிட்டால் நலமென்று யோசித்தான். அவளுக்கும் என்னைப் பிடித்திருக்கிறது. ஆம்... ஆனால் அவள் ஏன் அப்போது சொல்லவில்லை? இதை என் துரதிர்ஷ்டம் என்பதா அல்லது ரம்யாவின் அதிர்ஷ்டம் என்பதா? எந்தச் சிக்கலுமில்லாத வாழ்க்கை. ஓரளவு பசியார வருமானம். கண் நிறைந்த வாழ்க்கை. இவை மட்டுமே போதுமா ஒரு பெண் அதிஷ்டசாலி என்று சொல்ல? கமலியின் கணவன் கைநிறையச் சம்பாதிக்கிறார். மிகவும் வசதிபடைத்தவர்கள். கமலியின் கண்ணில் சந்தோஷம் கரைகட்டவேயில்லையே. ரம்யாவின் கண்ணில் சந்தோசம் தெரிகிறதா என்றேனும் நான் கவனித்திருக்கிறேனா?

அவன் அமர்ந்திருந்த இருக்கைக்கு இரண்டு இருக்கைக்கு முன்னே அமர்ந்திருந்த பெண் அச்சு அசல் ரம்யாவின் அம்மாவைப் போலவே இருந்தாள். தூக்கிவாரிப் போட்டது. இந்தப் பெண் நான் கமலாவோடு பேசிக்கொண்டிருந்ததைப் பார்த்திருந்தாள். உடனடியாக மனம் சமாதானமும் ஆகியிருந்தது, இந்த அம்மா வேறு யாரோ. ரம்யாவின் அம்மா எங்கே இங்கே வர முடியும்? நான் தான் கமலி அப்படிச் சொன்னவுடனேயே ஓடிவந்துவிட்டேனே. ரம்யாவின் அம்மா கட்டாயம் என்ன என்ன என்று அடிக்கடி ரம்யாவைத் தொல்லை செய்வது தெரியும், அவளும் எதுவும் சொல்லாமல் இதுநாள்வரை காலத்தை ஓட்டுகிறாள். ஏதாவது ஒரு சின்ன காரணம் கிடைத்தாலும் போதும் அதைப் பெரிதாக்கி ரம்யாவை அழைத்துக்கொண்டு செல்லவும் அவள் தயாராக இருக்கிறாள். எல்லாமே தெரிந்ததுதானே.

ரம்யாவுக்கு ஏன் என்மேல் இந்த அளவுக்கு அநியாயக் காதல். எனக்கு ஆச்சரியமான விஷயம் கல்யாணத்தின் முதல் நாள்வரை ரம்யா என்னைப் பார்த்ததுகூட இல்லை. முதல் அடியை எடுத்துவைத்து மங்கல விளக்கேற்றி வைத்தவள் அப்படி என்மேல் என்ன மையல் கொண்டாளோ, அன்றிலிருந்தே தீராத காதல். அவனுக்குக் குளித்து முடித்து வாசலில் வரும்போது கட்ட வேட்டியும், உதறிவைத்த பனியனும் கண்ணில் படும் இடத்தில் இருக்கும். சாப்பிட வேண்டும் என்று சிந்தையில் தோன்றிய நேரம் அவள் கையில் பலகாரத் தட்டு இருக்கும். எதைக் கொண்டு என் தேவையறிவாளோ! என் மூச்சின் ஒலியைக்கூட மொழிபெயர்த்துவிடுவாள். அம்மா ஒருமுறை புருஷன் வீட்டில் கோபித்துக் கொண்டு வந்த ஒன்றுவிட்ட தங்கச்சி சுகன்யாவிடம்

சொன்னாள் "ஆம்பிள மனசுல இடம் பிடிக்கனும்ன்னா அவன் வயித்துலயும் நாக்குலயும் இடம் பிடிக்கனும்" ரம்யாவுக்கு யாரும் சொல்லாமலே அது தெரிந்தது.

பஸ் போய்க்கொண்டிருந்தது. வெளியில் தெரியும் பதாகை கண்ணில் பட்டது 'பருத்திவீரன்' என்று பெயரிடப்பட்ட பதாகை, அந்தப் பதாகையிலிருந்த கதாநாயகன் அரிவாளைக் கதாநாயகியின் கழுத்தில் வைத்திருந்தான், அவன் கண்ணில் கிட்டத்தட்ட கொலைவெறி. ஆனால் அந்தக் கதாநாயகியோ காதலின் உச்சத்தில் திளைத்திருந்தவள்போலக் கண்மூடி மயக்கத்திலிருந்தாள். பாவமிந்தப் பெண்கள், ரம்யாவை நான் கட்டிலில் சேர்த்ததில்லை. தினம் அவள் எந்த மனநிலையில் அந்த அறைக்கு வருகிறாளோ எப்படிப் புன்முறுவல் பூத்திருந்தபடி என்னைக் கனிவுடன் பார்க்கிறாளோ அதே கனவோடுதான் காலையில் எழுந்து வாசல் தெளிக்கப் போகிறாள். அம்மாகூட நாசுக்காக என்னிடம் சொல்லிப்பார்த்தாள் 'கூர மேல ஏறி கோழி பிடிக்க முடியலன்னு காத்திருக்க கோட்டைய கோட்ட விட்டறாதடா' அம்மாவுக்கு நான் கமலியை ஒருதலைபட்ச மாகக் காதலித்தது தெரியும். அவளுக்கு என் உயிரையும் தரத் தயாராக இருந்ததும் தெரியும்.

கமலா அவள் இன்றுவந்து உன்னையே கல்யாணம் செய்திருந்தாள்ன்னு சொல்றாளே, அப்பவே சொல்லியிருந்தா என்னோட செயல்பாடுகளே வேறாக இருந்திருக்குமே. எப்படி யிருந்திருப்பேன். எந்த சொர்க்கத்தில் மிதந்திருப்பேன். இப்போ தென்ன குறைந்துவிட்டது, இவளையும் திருமணம் செய்து கொண்டால்? நினைத்தபோதே மனம் எழுச்சிகொண்டு எங்கோ பறப்பதுபோலிருந்தது. இப்போது சொல்கிறாள் என்றால் அப்போதும் என்னை நிச்சயம் பிடித்திருக்க வேண்டும். ஆம் அவளுக்கு என்னைப் பிடிக்குமா என்ற கேள்விக்கு இன்று பதில் கிடைத்திருக்கிறது. நான் ஒவ்வொரு வெள்ளிக் கிழமையும் அன்ன காமாட்சியம்மன் கோவிலுக்கு வந்தது எவ்வளவு நல்லதாகப் போனது. இன்று கமலாவின் மனம் புரிந்தது. இனியாக வேண்டியதைப் பார்க்க வேண்டும், அவளை விவாகரத்து வாங்கச் சொல்லி நானும் ரம்யாவை விவாகரத்து செய்துவிட்டுக் கமலாவைக் கல்யாணம் செய்துகொள்ள வேண்டும்.

வேகமாக ஓடிக்கொண்டிருந்த பேருந்து கிரீச்சிட்ட ஒலியோடு குலுங்கியது. வேகத்தை நிதானப்படுத்த முடியாமல் ஓட்டுநர் திணறினார். பேருந்து ரோட்டிலிருந்து அருகேயிருந்த இடப்பக்க வளைவில் ஒரு சுவரில் மோதி நின்றது. முன்னால்

போய்க்கொண்டிருந்த இருசக்கர வாகனம் தடுமாறி மண்ணில் விழுந்தது.

"யோவ் என்ன தூங்கிட்டே வண்டி ஓட்டறயா, சடெனா ரைட்ல இருந்து லெஃப்ட் உடைக்கிற, பின்னால பொம்பளய வேற உட்கார வைச்சியிருக்க, நிதானம் வேணாம். பின்னாடி பார்த்துல திருப்பனும்?"

"இல்ல சார் வைப் கூட ஏதோ பேசிண்டே வந்துட்டேன், ஆதிகேசவபெருமாள் கோவிலுக்குப் போகனும்ன்னா, வளைவ கொஞ்சம் முந்திட்டேன்."

"உங்க பேச்சு, லவுஸ் எல்லாம் வீட்டோட வைச்சிக்க வேண்டியதானே, இத்தன பேர் தாலிய அறுக்க வந்துட்டீங்க. கொஞ்சம் மிஸ் ஆயிருந்தா இன்னேரம் ரெண்டு பேரும் போய்ச் சேர்ந்திருப்பீங்க."

"சாரி சார், ஆனா என் வைப் என்கூட இருக்கவர எமன் கிட்ட வர முடியாது. அவ சாவித்திரியாட்டம் எமன் கண்ணுல விரல விட்டு ஆட்டிருவா."

"நல்லா சொன்னய்யா, எங்க பஸ்ஸப் பாருங்க எங்க போய் முட்டிக்கிட்டு நிக்கிது. இனி நகர்த்த முடியுமா தெரியல."

"சாரி சார்."

"நல்லவேள யாருக்கும் எதுவும் ஆகல. இல்லன்னா நொங்கெடுத்துருப்பாங்க அய்யரே."

"ஆதிகேசவப் பெருமாள் கூப்பிட்டார், அவரே லோகம் முச்சூடும் காக்கும் கடவுள், என்னை அப்படித் திண்டாட விட்டுருவானா?"

"இந்த வியாக்னத்துக்கு ஒன்னும் குறவில்ல அய்யரே. போப் போ. பஸ்ஸில இருக்கவங்கள வேற பஸ்லதான் அனுப்பனும், அதைத் திரும்ப ரோட்டுக்குக் கொண்டுவர கிரேன்தான் வரனும்."

"சாரி சார். இன்னிக்கி இவ கோவிலுக்குப் போகனும்ன்னா அதான் வந்தோம்."

"சரி போம்மய்யா. அம்பாளாட்டம் இருக்காங்க மாமி. அவங்களுக்காகவாது வண்டிய ஒழுங்கா ஓட்டுங்க."

"எல்லோரும் இறங்குங்க டிக்கெட் எடுத்துட்டு வாங்க எழுதித் தரோம், அடுத்த பஸ்ஸில் ஏறிப்போயிடுங்க."

அப்போதுதான் பயணச்சீட்டே எடுக்கவில்லை என்று சந்துருவுக்கு நினைவுக்கு வந்தது, போகும் ஊரின் பெயரைப் பார்த்தான். அது அவன் போகத் தேவையில்லாத ஊரின் பெயராக இருந்தது. எதிர்ப்பக்கம் போய் நின்றுகொண்டான். சாலையோரம் உள்ளடங்கியவாறு தாமரைப்பூக்குளம் ஒன்று தெரிந்தது. தண்ணீர் கரும்பச்சை நிறமாகத் தோன்றுமளவுக்குக் குளம் முழுவதும் தாமரையிலைகள் மிதந்துகொண்டிருந்தன. தாமரை இலைமீது தண்ணீர் முத்துக்கள் காற்றுக்கு நடனமாடிக் கொண்டிருந்தன. தாமரை மொக்குகள் வளைந்து அந்த நீர்நடனத்தைப் பார்த்துக் கொண்டிருந்தன. அது வியப்பாகவும் மிக ஆர்வமாகவும் அதி காதலோடும் பார்ப்பது போலிருந்தது. ஒட்டாத தண்ணீர் காற்றுக்கு அங்குமிங்கும் அலைவது இயல்புதானே? அதைக் கூட ஏதோ ஆகப் பெரிய கலைச்செயலைப் போல ரசித்துப் பார்ப்பது இந்தத் தாமரை மொட்டுகள் மட்டுமா? ரம்யாவும் அப்படித்தான். ‘எங்க வீட்டில எது ரிப்பேர் ஆனாலும் அவரே சரி பண்ணிடுவாரு, வெளியாள கூப்பிட வேலயே கிடையாது, எனக்கு இந்தக் கலரு எனக்கு இவ்வளோ எடுப்பாயிருக்கும்ன்னு எனக்கே இவ்ளோ நாள் தெரியல பாரும்மா அவருக்குத் தெரிஞ்சிருக்கு, அவர் கொண்டுவந்து கொடுத்த குங்குமம் பாருங்க எவ்வளவு வாசனையா இருக்கு, இந்தத் தேங்காய் உப்பட்டுக்கு அவருதான் மாவு பிசைஞ்சி குடுத்தாரு எவ்வளவு சாப்டா இருக்கு பாருங்க’ தாமரைக் குளத்துத் தண்ணீரை மீண்டும் பார்த்தான். அது எப்படியானாலும் தாமரைக் கொடியின் அன்புக்கு அடைபட்ட நீர் தானே. இவ்வளவு நாளாக ரம்யாவின் மேல் இல்லாதது எது? இருந்தது எது? அங்கிருந்த தாமரை மலர்களைப் பார்த்தான். எல்லாத் தாமரை மலர்களும் ரம்யாவின் முகம்போல மலர்ந்திருந்தன.

ரம்யாவுக்கு மல்லிகைப்பூ பிடிக்கும் என்று எதிர்க்கடையிலிருந்த பூவைப் பார்த்ததும் நினைவுக்கு வந்தது. சாலையைத் தாண்டி அந்தக் கடையை அடைந்தான் சந்துரு. பூவை அருகில் பார்த்தபோதுதான் அது கொஞ்சம் வாடிப் போயிருந்தது தெரிந்தது. பேருந்து முட்டி நின்றுகொண்டிருந்த அந்தச் சின்ன வளைவைத் தாண்டி ஆதிகேசவப் பெருமாள் நோக்கிச் சென்றான். அவன் கணிப்புத் தவறவில்லை. கோவில் முகப்பில் நின்ற பூக்காரியிடம் தளதளவென்றிருந்த மல்லிகைப் பூவைப் பார்த்தான். இரண்டு முழம் மல்லிகைப்பூ வாங்கினான். எதிர்ப்புறத்தில் ஒரு பேருந்து கடந்தது. வீட்டுக்குப் போக வேண்டிய பேருந்து நிறுத்தம் செல்லும் பேருந்தாக அது இருக்கலாம்.கோவில் முகப்பிலிருந்தபடியே பெருமாளை வணங்கிவிட்டு மீண்டும் சாலை நோக்கித் திரும்பினான்.

ஒருகணம் யோசித்தவன் பூக்காரியிடம் பூவை வந்து வாங்கிக்கொள்கிறேன் என்று சொல்லிக் கொடுத்துவிட்டு துளசி மாலை வாங்கிக்கொண்டு பெருமாள் கோவிலுக்குள் சென்றான். அங்கே அவனைப் பார்த்துக் கருடன்மீது வீற்றிருந்த ஆதிகேசவப் பெருமாள் மெல்லப் புன்னகை புரிந்தார். துளசிமாலையைச் சாத்திவிட்டு வெளியே வந்தான். தலை மேலே சுமந்திருந்த பெரிய பாறாங்கல் இறங்கியது போலிருந்தது. பூக்காரி இரண்டு ரோஜா மலர்களையும் சேர்த்துக் கொடுத்தாள். எடுத்துக்கொண்டு சாலையைக் கடந்து தன் வீட்டுக்குப் போகும் பேருந்தை எதிர்நோக்கிக் காத்திருக்கத் தொடங்கினான்.

அந்திமழை

7

நீல மிடறு

எத்தனை வருடங்களாயிற்று ஜக்ருதியைப் பார்த்து? சேட்டா என்ற மயக்கும் குரலைக் கேட்காமல் எப்படிக் கடத்தினேன் இத்தனை நாட்களை? அவையெல்லாம் நனவு நாட்களா, நிஜத்தில் அப்படியொருத்தி என்னுடன் இருந்தாளா?

ரயில் கூவியது. நினைவு மீண்டு ஜன்னல் வழி வெளியே பார்த்தேன். அருகில் மயூராக்குட்டி எதிர் இருக்கைச் சிறுமியோடு மிக உற்சாகமாகப் பேசிக் கொண்டிருந்தாள். பேச்சு முடிந்த நேரமெது 'சாட் பூட் திரி' சொல்லி சிரிப்புத் தொடங்கிய நேரமெது என்று எனக்குப் புரியவில்லை. வீட்டை விட்டுக் கிளம்பினால் போதும் அந்தக் குட்டி மனதுக்கு எங்கிருந்துதான் அவ்வளவு சந்தோஷம் வருமோ? அவள் வயதிலேயே இருந்துவிட்டிருந்தால் இப்போது அனுபவிக்கும் தவிப்புகள் எதுவுமிருக்காது.

ஜன்னல் வழியாக தெரிந்த நீண்டுவிரிந்த மேடும் பள்ளமுமான பசுமை கண்களுக்கு இதமாக இருந்தது. தொலைவில் தெரிந்த மலைத் தொடர்களின் முகட்டை மஞ்சு சுற்றித் தழுவி யிருந்தது. இடுப்பைச் சுற்றிக் குளுமை பரவ இறுக அணைத்ததொரு கை. ஜக்ருதியா? திடுக்கிட்டு மயூராவை என்னோடு இழுத்து அணைத்துக் கொண்டேன். இன்னும் எவ்வளவு காலம்தான் மயூராவையோ மாட்டுப் பட்டையையோ அல்லது வேறு எதையோ என்னைத் தடுக்கின்ற அணையாக பாவிப்பது? அணைகள் இல்லாவிடில் பாய்ந்து விடுவேனோ? அதற்குத்தான் காத்திருக்கிறேனோ? எப்போது என்னை மீறி ஓடப்போகிறேனோ?

மோஹனாவிடம் ஜக்ருதி பலமுறை சொல்லியனுப்பினாள். நான்தான் இவ்வளவு நாள் பிடிவாதமாக அவளைப் பார்க்கப் போகவில்லை. இந்தமுறை மட்டுமென்ன ஊட்டிக்கு வராமல் இருந்திருக்க முடியாதா? நான் வரவில்லை என்றாலும் ஒன்றும் ஆகிவிடாது. சிறப்பு விருந்தினர் வரவில்லை, அதோடு கதை நின்றிருக்கும். ஜக்ருதிக்கு என்னைப் பற்றித் தெரியும். தெரிந்தேதான் ஒவ்வொருமுறையும் மோஹனாவிடம் சொல்லியனுப்புகிறாள். வரச்சொல்லிப் பிடிவாதம் பிடிக்கிறாள். எப்படியாவது என்னைப் பழைய கஸ்தூரிரங்கனாக்க முடியுமென்று நம்புகிறாள் போலும். என் நிலை எனக்குத்தானே தெரியும், அது ஆலகால விஷம். சோதிப்பதற்காகவே வரவழைத்து விளையாடுகிறாளா?

ஊட்டியில் முடிந்தவரை ஆல் இந்தியா ரேடியோ ஸ்டேஷன் பக்கத்தில் ஏதாவது விடுதியைப் பிடிக்க வேண்டும். கட்டாயம் அங்கேதான் தங்க வேண்டும். மயூரா அடம் பிடித்தால் அவளை மட்டும் ஜக்ருதியோடு ஜக்ருதியின் வீட்டுக்கு அனுப்பிவிட வேண்டும். வேறு வழியில்லை.

குன்னூரைக் கடந்த மலை ரயில் நிற்கப்போவதுபோல் வேகத்தை முற்றிலும் குறைத்தது. வெல்லிங்டன் வர இன்னும் நேரமிருக்கிறதே, வண்டி ஏன் இங்கே நின்றது. எனக்கு இப்போது சிகரெட் வேண்டும். மயூரா பக்கத்தில் இருக்கும்போது சிகரெட் பிடிப்பதில்லை. ஆனால் இந்த மலைப்பாதை, வெளியே தெரியும் பசுமை, குதூகலப் பாஷையில் பேசிக்கொண்டு பறக்கும் கிளிகள், வினோதமான நிறக்கலவையோடு பரபரக்கும் இந்தப் பட்டாம்பூச்சி, குன்னூர் வரை தூறிவந்த மழை, கம்பளி ஆடையைத் தாண்டி ஊடுருவும் குளிர். ஆனால் ஏதோ ஒன்று இல்லை. ம் ... இந்த அற்புதங்களையெல்லாம் மிஞ்சும் ஜக்ருதி ராட்சசி, அவள் நினைவு, சிகரெட் இல்லாமல் முடியாது.

ஊட்டிக்குக் கிளம்புகிறேன் என்றதும் மயூரா 'அத்தையப் பாக்க வரேன்' என்று அடம்பிடிக்க ஆரம்பித்தாள். மோஹனாவோ 'சனி ஞாயிறுதானே கூட்டிட்டுப் போங்க, மயூராக்கு ஊட்டி குளிர் ஒத்துக்காதுதான், ஆனா அவ ஆசைப் படறாளே? ஜக்ருதின்னா அவளுக்கு ரொம்ப இஷ்டம்னு தெரியாதா' என்று அனுப்பிவிட்டாள். அப்பறம் என்ன சொல்லித் தடுக்க? மயூரா கூட இருப்பது ஒருவிதத்தில் நல்லதுதான். அப்படித்தான் மோஹனாவும் நினைத்திருப்பாளோ?

மோஹனாவைப் புரிந்துகொள்வது அவ்வளவு கஷ்டமில்லை. பளிங்குத் தண்ணீர்போல மனது. சென்னையில் ஜக்ருதியை முதன் முதலில் வீட்டுக்கு அழைத்து வந்தபோது மட்டும் கொஞ்சம் தடுமாறினாள். பிறகு கொடைக்கானலில்

அவளே கதி என்று மாறியும் போனாள். அப்படி ஜக்ருதியோடு இணங்கிப் போன பிறகு எந்த வேலைக்கும் என்னைத் தொந்தரவு செய்யவே இல்லை. இரண்டு பெண்களுமே முடிவெடுத்து, அவர்களாகவே வாடகை வண்டி பிடித்துப் பெரியகுளத்துக்கோ, வத்தலக்குண்டுக்கோ போய் தேவையானவற்றை வாங்கிக் கொண்டு வந்துவிடுவார்கள். பரதனுடன் பிரச்சனையென்று வந்தபோதுகூட மோஹனாதான் ஜக்ருதிக்குத் துணையாக நின்றாள், 'துணிஞ்சி அவனை விட்டு வந்துடு' என்று தைரியம் சொன்னாள். என்னைப் பற்றித் தெரியாமலா இதெல்லாம் செய்திருப்பாள். தெரிந்திருக்க வழியில்லை. பாவம் அசடு அவள்.

மலை ரயில் எதற்கு அந்த இடத்தில் நிற்கிறது என்று புரிய வில்லை. ஆனால் இங்கே நிற்காமல் போயிருந்தால் இவ்வளவு அழகான இடம் கணநேரக் காட்சியாகக் கடந்து போயிருக்கும். சற்றுமுன் மழை பெய்திருக்க வேண்டும். அந்த இடத்தில் தற்காலிக நீரோடை, மண்ணோடு கலந்து செந்நிறத்தில் மெல்ல நகர்ந்துகொண்டிருந்தது. இலைகளில் பசும் வனப்புக் கூடி யிருந்தது. அதன் நுனியில் உதிரக் காத்திருக்கும் மழைத்துளிகள் வைரமொட்டுகளாக ஒளிர்ந்து அவ்விடத்தின் அற்புதத்தைக் கூட்டியிருந்தன. இளஞ்சிவப்பு ஊமத்தைகள் தலைசாய்ந்து பூமி நோக்கிப் பூத்திருந்தன. அதன்மேல் பூத்திருந்த மழைத்துளிகளோ அந்தப் பூக்களை இன்னும் வசீகரமாய்க் காட்டின. வீட்டில் இருக்கும் நேரமெல்லாம் ஜக்ருதி இந்த ஊமத்தைப்பூப்போல விரிந்த பாவாடை உடுத்தி, மேல்சட்டை போட்டிருப்பாள். யாராவது வீட்டுக்கு வரும் சமயம் மட்டும் மேல்சட்டைக்கு மேலே ஒரு துப்பட்டாவை நாட்டிய ஒத்திகை பார்க்கும் பெண்ணைப் போல இறுகக் கட்டிக்கொள்வாள். அது அவளுடைய திரட்சிகளை இன்னும் கூர்மையாக, செதுக்கிய சிலையின் தனங்களைப்போலக் காட்டும். தெரிந்தேதான் அப்படிச் செய்கிறாளோ என்ற சந்தேகம் எனக்குண்டு. அப்போதெல்லாம் சதா தோளிலிருந்து பல கரங்கள் கிளம்பி அவளை மானசீகமாகக் கட்டிக்கொள்ளும். ஆனால் இதை எப்படி ஜக்ருதியிடம் சொல்ல முடியும்? சொன்னால் என் கஷ்டம் குறையும். ஆனாலும் பொங்கின பால் அடுப்பையே அணைத்துவிட்டால்? இப்படித்தான் ஏதோ மனதுக்குச் சொல்லி என்னுடைய எண்ணம் உணர்ச்சி எல்லாவற்றையும் அடக்கினேன். சிலமுறை அவளுடைய தோள்பட்டையை உரசி நின்று ஆலோசனை சொல்வேன். ஒருசில புகைப்படங்களுக்கு ஒன்றாக நின்று சந்தோஷப்பட்டிருக்கிறேன். அவ்வளவுதான் சாத்தியம். அதுக்கும் மேலே ஒரு சொட்டு உணர்ச்சி அதிகமாகித் ததும்பிப் பார்க்கும் கணம் வந்தால் போதும், எங்கிருந்துதான் அப்படியொரு கருணை பொங்குமோ அவள் கண்களில். அப்படியே பார்வையால் 'சேட்டா எந்தா இது' என்று

கேட்பதுபோல நொடிநேரம் ஆழ்ந்து பார்ப்பாள், அப்படியே பொடிப்பொடியாக நொறுங்கிவிடுவேன். அங்கிருந்து எங்காவது தப்பித்து ஓடிவிடலாமென்று தோன்றும்.

ரயில் பெட்டியை விட்டு இறங்கி கைகளைத் தேய்த்துக் கொண்டேன். வெளியே நல்ல குளிர், பெட்டிக்குள் அவ்வளவு குளிர் தெரியவில்லை. அணிந்திருந்த அடர் நீலநிற ஸ்வெட்டர் ஜக்ருதி ரஷ்யாவிலிருந்து யார் மூலமோ வாங்கிக்கொடுத்தது. மெல்லியது. ஆனால் குளிர் நன்றாகத் தாங்கும். அது இதமான சூட்டைப் பரப்பியது. மெல்லக் குளிராடையை வருடினேன், அது ஜக்ருதியின் மிக மென்மையான புஜங்களை உரசும் உணர்வைத் தந்தது.

மயூரா உள்ளே இன்னொரு குழந்தையோடு ‘கல், கத்தரி, காகிதம்’ விளையாடிக்கொண்டு இருந்தாள். இரண்டு வயதில் பட்டுக்குட்டன் சொல்லிக்கொடுத்த விளையாட்டு, நாலு வருஷமாகியும் அவளுக்கு இந்த விளையாட்டு அலுக்கவில்லை. அவள் என்னைக் கவனிக்காத நேரம் அவளோடு விளையாடிக் கொண்டிருந்த குழந்தையின் அம்மாவிடம் “கொஞ்சம் பார்த்துக்கோங்க, வெளிய நடந்துட்டு வரேன்” என்றேன்.

“ட்ரெய்ன் கிளம்பிட்டா?”

“இதுக்குப் பேரே டாய் ட்ரெய்ன்தானே மெல்லத்தான் போகும். கிளம்பினாக்கூட வேகமா நடந்தால் வந்து ஏறிடலாம் பயப்படாதீங்க.”

இறங்கிச் சற்று நடந்தேன். கொஞ்ச தூரத்தில் ஒரு பெட்டிக் கடை தெரிந்தது. இந்த அத்துவானக் காட்டில் பெட்டிக்கடையா?

“ரயில் இங்கே நின்னுதான் போகுமா?”

“ஆமாங்க.”

இவனே காசு கொடுத்து ரயிலைக் கொஞ்சம் நிறுத்திப் போகச் சொல்லியிருப்பானோ? அப்போதுதானே பாவம் இவனுக்கு வியாபாரம் ஆகும். வில்ஸ்தான் இருந்தது. ஒன்றை வாங்கிப் பற்றவைத்தேன். ஓரிரு நிமிடங்களிலேயே ரயில் கிளம்புவதுபோல் ஒலி எழுப்பியது. “இன்னும் நேரமாகும் மெதுவா குடிங்க சார்” என்றான் பெட்டிக்கடைக்காரன். அப்பா எங்க போயிட்ட சீக்கிரம் வா என்பதுபோல ரயிலிலிருந்து கலவரமாய்க் கையை ஆட்டி அழைத்தாள் மயூரா. பாதி சிகரெட்டை நசுக்கிவிட்டு ஓடிப்போய் ஏறினேன். மெல்ல நகர்ந்தது ரயில்.

“அம்மா சொல்லியிருக்கா நோ சிகரெட், ம்.”

“தங்கக்குட்டிக்கூட வரும்போது சிகரெட் பிடிப்பேனா?”

மயூரா முறைத்தாள். “டெல்லிங் லைஸ் நோ பப்பா” நாற்றம் போக வேண்டுமென்று கைகளை வாயருகே அசைப்பதைப் பார்த்துத் தனது ப்ளாஸ்கிலிருந்து டீ எடுத்துக் கொடுத்தாள் எதிர் இருக்கையில் இருந்த பெண்.

“கொஞ்சம் குடிங்க, குளிரும் போகும் வாடையும் போயிடும்” வேண்டாமென்று சொல்லாமல் வாங்கிக்கொண்டேன்.

மெல்ல உறிஞ்சத் தொடங்கியபோது ஜக்ருதிக்குப் பிறகு வந்த பெண் உதவியாளர் பத்மினியுடன் ஒருநாள் ஒன்றாகத் தேநீர் அருந்தியபோது அவள் கோப்பையைக் கீழே வைத்திருந்த நேரம் எடுத்து ஒரே ஒருவாய் அருந்திக் கீழேவைத்தேன், மெல்லிய புன்னகை கோப்பை முழுதும் விரிய அதை அமுதம் போலெடுத்து அவள் உறிஞ்சிக் குடித்த கணமே அவளின் சுருள்முடியில் சிக்கியிருந்த மனம் விலகிவிட்டது. குடம்போல கனத்திருந்த பின்புறமும், செதுக்கிச் செய்தது போன்ற இடுப்பும் அதற்குமேல் பிறகு எப்போதுமே போதையூட்டவில்லை. ஜக்ருதியிடம் ஒருமுறை அப்படிக் கோப்பையை எடுக்க முயன்றபோது சாமர்த்தியமாய்த் தடுத்துவிட்டாள்.

“தப்பா நினைக்க வேணாம் ஜக்கு. ஹாஸ்டல்ல இருந்து ரொம்ப மோசமாயிட்டேன். யார் யாரோ வாய் வச்சிக் குடிச்சி கடைசியாய் இரண்டு சொட்டு மட்டுமே என் வாய்க்கு வரும்.”

“சரி சேட்டா, நான் எப்போதும் எச்சில் குடிப்பதில்லை. பரதன் கிண்டல் செய்வார் பட்டுக்குட்டன் பிறந்து பால்குடி மறந்துட்டு, பக்ஷே நீ எச்சில் மட்டும் பழகலன்னு, நீங்க தப்பா நினைக்க வேண்டா.”

கொடைக்கானல் எஃப்எம் அலைவரிசை தொடங்கிய வேளை ஜக்ருதியைச் சென்னையிலிருந்து பிரத்தியேகமாய்க் கேட்டு கூட்டிக்கொண்டு வந்தபோது மோஹனா ‘எப்போ பாரு ஜக்கு ஜக்குன்னு, என்னதான் ஜாலம் செய்யறாளோ அந்தக் குட்டி’ என முணுமுணுத்தாள். ஆனால் அவள் மட்டும் என்னுடன் வந்திருக்கவில்லையென்றால் அவ்வளவு குறைந்த காலக்கெடுவுக்குள் அந்த நிலையத்தைச் செயல்பட வைத்திருக்க முடியாது. நிலையத்தை முழுதாக இயங்கச்செய்ய எவ்வளவு முக்கியமான வேலைகளில் ஈடுபட்டேனோ, எப்படி தொழில்நுட்பங்களில் புகுந்து புறப்பட்டேனோ, ஜக்ருதியும் அதே அளவு உழைப்பைச் செலுத்தியிருந்தாள். தொழில்நுட்பத்திலும் நன்கு கற்றுத் தேறியிருந்தாள். ஒரு வால்வ் எழுப்பும் சத்தத்திலிருந்தே அதன் குறைபாடுகளைச் சொல்லுமளவுக்கு முன்னேறியிருந்தாள்.

அவளுக்கு ஜக்ருதி என்று பெயருக்குப் பதில் கற்பூரம் என்ற வைத்திருக்கலாம், எந்த வேலையையும் கண்பார்க்கக் கை செய்யும். அவளிருந்தவரை எனக்கு எந்தச் சின்ன வேலையும் கூட இல்லாமல் பார்த்துக்கொண்டாள். கோடை பண்பலை நிலையம் முழுவதும் எல்லா இடத்திலும் சுவாசக் காற்றாய் நிறைந்திருந்தாள்.

ஜக்ருதி கொடைக்கானலில் இருந்தபோது என் வீட்டுக்குப் பக்கத்திலேயே சின்னதாக இரண்டு படுக்கையறை கொண்ட வீட்டில் குடியிருந்தாள். ஆனால் நாங்கள் ஒருநாளைக்குப் பதினெட்டு மணி நேரம் அலுவலகத்தில்தானிருந்தோம். வீடு திரும்புவது தூங்க மட்டும்தான். அப்போது ஜக்ருதியின் கைக்குழந்தை பட்டுக்குட்டனுக்கு ஒரு வயதும் பத்து மாதங்களும் ஆகியிருந்தன. ஜக்ருதி குழந்தையைப் பார்த்துக்கொள்ள அலுவலக உதவியாளரின் மனைவியைப் பணியமர்த்தியிருந்தாள். முதல் ஓரிரண்டு வாரங்கள் இடையில் வீட்டுக்கு வந்து பட்டுக்குட்டனுக்கு உணவு கொடுத்துவிட்டு வருவது வழக்கம். பின்னர் பட்டுக் குட்டனைப் பார்ப்பதுகூட விடுப்பு நாட்களில் மட்டும்தான் என்று ஆகிப்போனது. நிலையம் செயல்படத் தொடங்கிய சில வாரங்களிலேயே கன்னட நடிகர் ராஜ்குமார் கடத்தல் நடந்தேறியது. அதைத் தொடராக ஒலிபரப்ப சத்தியமங்கலம் அடர்காடுகளுக்குக் குழுவுடன் பயணிக்க வேண்டியிருந்தது. அப்போது நான் எவ்வளவு சொல்லியும் கேட்காமல் பட்டுக் குட்டனை மோஹனாவிடம் விட்டுவிட்டு அவளே அந்தக் குழுவை முன்னடத்தினாள். அப்படிக் கோடை பண்பலை நிலையமே கதி என்றிருந்தவள் திடீரென்று சென்னைக்கு மாற்றல் கேட்டுப் போனபோது, என்னை விட்டுப் போனதைவிட கோடை நிலையத்தை விட்டு எப்படிப் போனாள் என்று எனக்கு ஆச்சரியமாக இருந்தது.

ஜக்ருதி கொடைக்கானலில் இருந்த ஆரம்ப நாட்களில் அவள் அலுவலகம் கிளம்பும்போது, எங்கள் வீட்டு ஜன்னலைப் படீரென்று அடித்துச் சாத்துவாள் மோஹனா. தொண்டையில் சத்தத்தை முழுங்கிக்கொண்டு எனக்கு மட்டும் கேட்கும்படி 'கிளம்பிட்டா, அவ ஜடைய பிடிச்சிட்டே கிளம்புங்க' என்று சொல்லிச் சாப்பாட்டு டப்பாவைக் கொண்டுவந்து மேசைமேல் தூக்கிவீசாத குறையாக வைப்பாள். ஆனால் பட்டுக்குட்டன் மேல் கொள்ளைப் பிரியம் மோஹனாவுக்கு. அவனைக் கவனிப்பதில் எந்தக் குறையுமில்லை. அவனும் இவளோடு அத்தையம்மான்னு ஒட்டிக்கொண்டான். அம்மா, ஆடு என்று தமிழ் கற்றுக்கொள்ளவும் ஆரம்பித்திருந்தான். மோஹனா பட்டுக்குட்டனுடன் தலையை ஆட்டியாட்டிப் பேசுகையில் அவள் மூக்கின் மீதிருந்து விட்டு

விட்டு ஒளிரும் எட்டுக்கல் பேசரியை பார்க்கும்போது அவ்வளவு மனஅமைதி உண்டாகும்.

மோஹனாவுக்கு ஜக்ருதி மீதான வெறுப்பு ஒரு கணத்தில் விலகியதா இல்லை அது ஒரேடியாக நீங்கிவிட முடியாத பல அடுக்குகளால் ஆகிக்கிடந்ததா என்பது அவளுக்கு மட்டுமே தெரியும். அதற்கு பட்டுக்குட்டனும் ஜக்ருதியுமே காரணம்.

கொடைக்கானல் வந்த பிறகான விஷுவுக்கு வீட்டுக்கு வந்தாள் ஜக்ருதி. விடுமுறை நாளாயிற்றே மோஹனா என்ன சொல்வாளோ என்று திடுக்கென்றிருந்தது எனக்கு. நான் அங்கேயிருப்பது பெரிய விஷயமே இல்லை என்பதுபோல் மோஹனாவிடம் சென்றவள் 'விஷுவுக்கு அச்சனுக்கு முண்டெடுத்துக் கொடுக்கறது எங்களண்ட பழக்கம். அம்மைக்கும் சேர்த்தெடுத்ததா நினைச்சிக்கோங்க சேச்சி' என்று தான் கொண்டு வந்திருந்த புடவையும் வேட்டியையும் கொடுத்து, மோஹனாவின் காலில் விழுந்து ஆசீர்வாதம் வாங்கினாள். பிறகு என்னிடம் வந்தவள் 'விஷு என்றால் கை நீட்டம் முக்கியம், அதுக்கு நீட்டின கையில் பணம் தரணும்' என்று சொல்லிப் பணமும் கேட்டு வாங்கிக்கொண்டாள். அன்று வீட்டில் மோஹனாவுடன் சேர்ந்து விஷுவுக்குச் செய்யும் முட்டைக்கோஸ் தோரன், அவியல், பீட்ருட் பச்சடி, அன்னாசிப் பாயாசம் என்று அமர்களமாகச் சமையல்செய்து அசத்தினாள். அன்று சாயங்காலம் பட்டுக் குட்டனைக் கூட்டிக்கொண்டு கிளம்பும்போது மின்னல் போல் ஒரு கீற்றுப் பார்வையை என்மேல் வீசிவிட்டுச் சிறிதாகப் புன்னகைத்துப் போனாள். அதன்பிறகு எத்தனையோ நாள் அந்த நிமிடத்தை நினைத்துச் சிலிர்த்திருக்கிறேன். 'புதுத்துணி கொடுக்குறாப்புல கொடுத்து அதுக்கு மேல காசக் கறந்துட்டா கைகாரி' என்று மோஹனா சொன்னபோதும் அதில் ஜக்ருதியைப் பற்றிய குற்றச்சாட்டு இல்லாத குதூகலத் தொனியே இருந்தது. ஜக்ருதி விஷுவுக்குக் கொடுத்த புடவையை மோஹனா அடிக்கடி உடுத்தினாள்.

இன்னொரு நாள் திடீரென 'கோவிலுக்குப் போகணும் சேச்சி இருக்கருதுல புதுசா உடுப்பிருந்தா உடுத்தி வரணும், பட்டு உடுத்தினா இன்னும் மதி' என்று சொன்னபோது வேண்டாவெறுப்பாகத்தான் கோவிலுக்கு வந்தாள் மோஹனா. 'சேச்சி இவிட இரி' என்று சொல்லி பட்டுக்குட்டனை மோஹனாவின் மடியில் அமரவைத்தாள். 'இன்னிக்கி குட்டனுக்கு அம்மை நீங்கதான்' என்று வாஞ்சையாக அவள் சொன்ன விதத்தில் மோஹனாவின் கண்கள் நிறைந்தன. அதன் பிறகுதான் கவனித்தேன் இருபுறமும் இரண்டு வெண்கல உருளியில் நெல் நிரப்பி, அதன் மேல் மலர்களால் அலங்கரித்திருந்தார்கள்.

அதில் தென்னம் குருத்துகள் நட்டு வைக்கப்பட்டிருந்தன. இடையில் மணைபலகையிட்டு மாக்கோலம் போடப்பட்டிருந்தது. புதுவேட்டியை மோஹனாவின் கையில் கொடுத்து 'சேட்டனை பேண்ட்டுக்கு மேலாகக் கட்டிக்கொண்டு வரச்சொல்லுங்க சேச்சி' என்றாள். கால்சராய்க்கு மேலே கட்டிய வேட்டி படிந்து நிற்காமல் வேடிக்கை காட்டியது. 'சேட்டன் ரங்கராட்டின வேட்டி கட்டியிருக்கார் பாரு குட்டா' என்று கிண்டல்செய்து சிரித்தாள் ஐக்ருதி. அந்த மோஹனச் சிரிப்பு என்னைக் கள்வெறி கொள்ளச்செய்தது. எங்கள் இருவரையும் அமர்த்திப் பட்டுக்குட்டனை என் மடியில் வைத்துப் பிஞ்சு விரல் பிடித்து வித்யாரம்பம் செய்துவைக்கச் சொன்னாள். குருதட்சணைக்கான பணமுடிப்பை 'அச்சன் கையில் கொடுத்து குருக்கள் மாமாவுக்கு கொடுக்கச் சொல்' என்றபோது அச்சன் என்று சொல்லும்போது அழுத்தி அவள் சொன்னவிதம் பட்டுக்குட்டனின் அப்பாவாகவே நினைக்கத் தோன்றியது. பட்டுக்குட்டனின் அம்மாவோடு ஆனந்தக் கூத்தாடத் தோன்றியது. நெகிழ்ந்திருந்த அந்தக் கணத்தில் வீசிய காற்றுக்குக் கோவிலிலிருந்த மகிழ மரம் உதிர்த்த பூ அழகாய்ச் சுழன்று ஐக்ருதியின் தோள்மீது விழுந்தது. அதன் சுகந்தம் என் மயக்க நிலையை மேலும் கூட்டியது. அதற்குப் பிறகு மோஹனா அதிக நேரம் இருப்பது ஐக்ருதியின் வீடு என்றாகிப் போனது. சொல்லிவைத்ததுபோல அடுத்த நான்கைந்து மாதங்களில் மயூராவை சூல் கொண்டாள் மோஹனா. என்னுடையது வீட்டை மீறின கல்யாணம். ஏழெட்டு வருடங்களுக்குக் கர்ப்பமும் தரிக்கவில்லை. 'இதுவரை ஏத்துக்காதவங்க கிட்ட இப்போ போய் என்ன ஆகப்போகுது, எல்லாம் பட்டுக்குட்டனின் ராசி' என்றே சொல்லிக்கொண்டிருந்தாள் மோஹனா. அவளுக்கு ஐக்ருதியின் கவனிப்பே போதுமென்று இருந்தது.

மோஹனா நிறைமாதமாய் இருந்தபோது, அவளும் ஐக்குவும் தினமும் நடைப்பயிற்சிக்குப் போவார்கள், 'கொடைக்கானல்ல காலங்கார்த்தால நடக்க உங்களால மட்டுந்தான் முடியும்' என்று சொல்லிவிட்டு நான் படுக்கையிலிருந்து எழக்கூட மாட்டேன். ஒருநாள் காலையில் நிறைவயிறு தள்ள, நிற்கமுடியாமல் இடுப்பில் ஒரு கையைத் தாங்கிக்கொண்டு, தூணில் சாய்ந்து நின்ற மோஹனா, 'தினம் வாக்கிங் போய் பழகிட்டோம், ஐக்ருதி வந்துடுவா இன்னிக்கி என்னால போக முடியாது, கால் ரொம்ப கடுக்குது. நிற்கக் கூட முடியல. அடிவயித்த இழுத்துப் பிடிச்சாப்புல இருக்கு. நீங்க போங்க' என்றாள். ஐக்ருதியுடன் காலையில் வெளியே செல்லலாம் என்ற நினைப்பே சில்லென்று ஊடுருவியது. ஐக்ருதி வந்ததும் 'உன் சேட்டன் இன்று வருவார் நான் வர்ல... நடக்க முடியல, அடிவயிறுல பொறளுர மாதிரியிருக்கு' என்றாள்.

வயிற்றில் கைவைத்துப் பார்த்துவிட்டு 'சேட்டா ஆஸ்பத்திரி போக ஏற்பாடு செய், வாங்கிங் வேண்டாம் ஒன்னும் வேண்டாம்' என்று வீட்டுக்கு ஓடினாள் ஜக்ருதி. பட்டுக்குட்டனைக் கொண்டு வந்து என் கையில் கொடுத்துட்டு, 'வீட்டிலயே இரி' என்று என்னை அங்கேயே இருக்கச் சொல்லிவிட்டு மோஹனாவை அழைத்துக்கொண்டு மருத்துவமனைக்குக் கிளம்பினாள். வாசல்வரை சென்ற மோஹனா திரும்பிவந்து வைரமூக்குத்தியைக் கழற்றிக் கையில் கொடுத்துவிட்டு 'பட்டுக்குட்டன் பத்திரம்' என்று சொல்லிவிட்டு அசைந்து அசைந்து போய் வண்டியில் ஏறிக்கொண்டாள்.

அவள் சென்றதும் அந்த பேசரியையே கொஞ்ச நேரம் பார்த்துக்கொண்டிருந்தேன் ஜக்ருதியின் விரிந்த சிரிப்பைப் போலவே அது ஜொலித்தது. என்னுடைய பதற்றத்தைக் கொஞ்சம் தணித்தது. எனக்கும் இருப்புக்கொள்ளாமல் பட்டுக்குட்டனைத் தூக்கிக்கொண்டு கொஞ்ச நேரத்திலேயே மருத்துவமனைக்குச் சென்றேன்.

'டிரிப்ஸ் ஏறிட்டுருக்கு, கொஞ்ச நேரத்தில் வலியெடுக்கும்' என்று செவிலி சொன்னாள்.

வீட்டில் அணியும் தளர்வான ஆடையை மாற்றக்கூட நேரமில்லாமல் வந்திருந்த ஜக்ருதி அன்று என்றுமில்லாத அழகாய்த் தெரிந்தாள். அருகிலிருந்த பட்டுரோஜாவும் அவள் முகமும் ஒரே மாதிரி அழகாய் இருப்பது போலிருந்தது. என் கைகள் ஏனோ நடுங்கின. நான் பட்டுக்குட்டனைப் பிடித்திருந்ததிலேயே அவளுக்கு என் நிலையின் வித்தியாசம் தெரிந்திருக்க வேண்டும். அருகில் வந்தவள் என்னை ஆழ்ந்து பார்த்தாள், பட்டுக்குட்டனை வாங்கிக் கொள்ளும்போது அவளது மிருதுவான கைகள் என்மேல் உரசின. மோஹனாவின் குரல் வீரிட்டு எழுந்தது, பதற்றத்தில் இரண்டு கைகளாலும் ஜக்ருதியின் இடதுகையைப் பற்றிக்கொண்டேன். என் மேனி முழுவதும் நடுங்கியது. 'படபடப்பா இருக்கு' என்றேன். ஜக்ருதி ஒன்றும் பேசாமல் இருந்தாள். இன்னும் கொஞ்சம் நெருங்கி அவள் தோள்மீது தலைசாய்த்தேன். எனது மூச்சுக்காற்று அவளது கழுத்தில் படர்ந்தது. அவள் கைகளும் நடுங்கிக்கொண்டிருந்ததை உணர்ந்தேன். மோஹனாவின் அலறல் என்னைத் துடிக்கவைத்தது. ஜக்ருதியை இன்னும் இறுக்கி அணைத்துக்கொண்டால் ஆறுதலாக இருக்குமென்று தோன்றியது. ஜக்ருதியின் கண்களைப் பார்த்தேன். அவள் என் கண்களைத் தவிர்த்தாள். அந்த கண்களில் கருணை விலகி வேறு ஏதோ குடியேறியிருந்தது. என் பிடி கொஞ்சம் இறுகியது. மெல்ல நெளிந்தாள். என்னுடைய கைகளைப் பிடித்து விலக்க முயன்ற அவளுடைய கை மிகவும்

குளிர்ந்திருந்தது. எனக்கு மேனி ஒருமுறை சிலிர்த்தடங்கியது. பட்டுக்குட்டனை இறக்கிவிட்டாள். கீழே குட்டன் கொஞ்ச நேரம் விளையாடிக்கொண்டிருந்தான். மோஹனாவின் அலறல் அதிகரிக்கத் தொடங்கியது. எப்போது ஐக்ருதியின் கையை விட்டேன் என்றே தெரியவில்லை.

பின்னர் எனக்கு ஐக்ருதியைப் பற்றிய எந்த நினைப்புமில்லை. அங்குமிங்கும் அலைந்துகொண்டு சிகரெட் நான்கைந்தைப் புகைத்திருப்பேன். மயூராவின் அழுகுரல் கேட்டு உள்ளே ஓடினேன்.

சிலநாட்கள் கழித்து மருத்துவமனையிலிருந்து மயூராவைத் தூக்கிக்கொண்டு வீட்டுக்கு வரும்போது ஐக்ருதி இல்லை. சென்னைக்கு மாற்றலாகிப் போய்விட்டாள் என்று அலுவலகத்தில் பேசிக்கொண்டார்கள்.

வீட்டைக் காலிசெய்ய வந்த ஐக்ருதியிடம் பலமுறை மோஹனா கேட்டபோதும் ‘பரதனும் தனியாக எவ்வளவு நாள் இருப்பார்’ என்றே பதில் சொன்னாளாம். அதன் பின்னர் மோஹனா தான் அடிக்கடி சென்னை சென்று வந்தாள். ஒவ்வொரு முறையும் அந்தக் கடன்காரன் சினிமா சினிமா என்று அலைந்து கொண்டு இவளைக் கவனிப்பதில்லை என்பாள். ‘இந்த மகராசியை வச்சி வாழத்தெரியலையே அந்த ராட்சசனுக்கு’ என்று புலம்புவாள். பரதனின் குடியும் நண்பர்களுடன் வந்து வீட்டில்செய்யும் அட்டகாசமும் தாங்க முடியாமல் ஐக்ருதி சென்னையிலிருந்து ஊட்டிக்குத் தலைமை அதிகாரியாகப் பணியேற்றுப் போனாள்.

தான் தலைமைப் பொறுப்பு ஏற்க என்னிடம் வேலை கற்றுக் கொண்டதே காரணம் என்று மோஹனாவிடம் சொன்னாளாம். எப்போது விடுமுறை என்றாலும் மோஹனாவுக்கு ஊட்டிதான் தாய்வீடு, இல்லை சேச்சி வீடு. ஒவ்வொரு முறை போய்வந்ததும் “அவளே அப்படி சொல்லிக்காம போனதுக்கு வருத்தப்படறா, நீங்க ஒருவாட்டி போயிட்டு வாங்களேன். அவளுக்கும் யார் இருக்கா, பாவம். பரதனை விட்டு வந்ததிலிருந்து இரண்டு பக்கமும் இடிதானாம். கொடைக்கானலுக்கே மாத்தி வாயேன் ஒன்னா இருப்போம்ன்னா, இப்ப நானும் சீஃப்தான், சேட்டனை எங்காவது அனுப்பினாதான் நான் அங்கே வர முடியும் ஓகேவா சேச்சிங்கிறா படுபாவி” என்று சொல்லிச் சிரித்தாள் மோஹனா.

ஊட்டியில் இறங்கியதும், ஐக்ருதியும் பட்டுக்குட்டனும் நின்றிருந்தார்கள். ஐக்ருதி முன்னர் பார்த்ததைவிட இன்னும் இளமையாகத் திரட்சியாக இருந்தாள். அவளை அருகில் பார்ப்பது புதுக்கருக்கு மாறாத தங்க நகையை உள்ளங்கையில்

வைத்துப் பார்ப்பது போலிருந்தது. வருடங்கள் வயதை இவளுக்கு மட்டும் குறைக்குமா என்ன, இவள் மட்டும் எப்படி அப்படியே இருக்கிறாள். இத்தனை வருடங்கள் அலைக்கழித்தது போதாதா? பட்டுக் குட்டன் பெரிய குட்டன் ஆகியிருந்தான். “மாமா வரு” என்றான்.

“வாங்க என்று சொல் குட்டா” என்று திருத்தினாள் ஜக்ருதி.

“குட்டா என்ன படிக்கிறே”

“ஃபோர்த்”

மயூரா ஓடிப்போய் ஜக்ருதியோடு அட்டைப்பூச்சிபோல ஒட்டிக்கொண்டாள் ஜக்ருதி அவளது வண்டியில் ஓட்டுநரோடு வந்திருந்தாள்.

“எனக்கு ஒரு ஹோட்டல் ரூம் புக் செய்தால் நல்லது” என்றதும் திரும்பிப் பார்த்தாள். அதே கருணையான பார்வை ‘என்ன சேட்டா இதெல்லாம்’ என்றது.

“ரமேஷ் காரை நேரா வீட்டுக்கு விடு.”

நான் வாய் திறக்கவில்லை. ஜக்ருதியின் வீடு வந்தது. அந்த வீடு ஜக்ருதியைப் போலவே நேர்த்தியான அழகு மிளிர இருந்தது. மயூரா சொந்த வீடுபோல ஓடியாடிக்கொண்டிருந்தாள். பட்டுக் குட்டனும் அவளும் ஏதோ விளையாடிக்கொண்டிருந்தார்கள். “சேட்டா ஸ்டோன், சிசர், பேப்பர் விளையாடுவோமா” என்ற போது “எத்தற நாள் இதே விளையாடுவே நான் புதிதாகச் சொல்லித் தரேன்” என்று அழைத்துக்கொண்டு வீட்டுக்கு வெளியே இருந்த விளையாட்டுத் திடல் நோக்கிச் சென்றான்.

வீட்டுக்கு வந்ததிலிருந்து நான் அசௌகரியமாக அமர்ந்திருப்பதைப் பார்த்த ஜக்ருதி, “என்ன சேட்டா உங்க நாற்காலி விரிப்பு உறுத்துதா?”

“இல்ல இல்ல” வேகமாய் மறுத்தேன்.

காரில் பட்டுக் குட்டன் முன் சீட்டில் இருக்க, இவள் மயூராவை “ஜன்னல் அருகே உட்காரணுமா குட்டி” என்று கேட்டு, “வா” என்று ஜன்னலிருக்கையில் அவளை விட்டு நடு இருக்கையில் என்னை நெருங்கி அமர்ந்தபடி வந்தாள். காரில் அவ்வளவு நெருக்கமாய் அமர்ந்திருந்ததைப் போலவே என்னருகே அமர்ந்தாள். சில நொடிகள் கடந்தன. என் மடிமீது இவள் எப்போது அமர்ந்தாள்? எப்படி என் உதடுகளில் ஈரம்? அதிர்ந்து போய் விழி திறந்தபோது எதிர் இருக்கையிலிருந்து என்னையே பார்த்துக்கொண்டிருந்தாள் ஜக்ருதி. கழுத்தில்

அணிந்திருந்த மெல்லிய சங்கிலியில் தொங்கிக்கொண்டிருந்த சிறு சிறு முத்துகளை வருடியபடி அப்படியோர் ஆழமான பார்வை. அவள் கண்களைத் தவிர்த்து வேறு இடம் பார்க்க ஆரம்பித்தேன். இந்த அவஸ்தைக்குதானே இத்தனை காலமும் வர வேண்டாமென்று நினைத்தது.

“நீங்க குளிச்சிட்டு கான்பிரன்ஸ் கிளம்புங்க சேட்டா. நான் சமையலை முடிச்சிட்டுக் கிளம்பறேன். மேலே ரூம் இருக்கு அங்கேயே பாத்ரூம் கூட இருக்கு.”

தப்பித்தேன் என்று அங்கிருந்து வேகமாய் மாடியேறினேன்.

“சேச்சி போன்ல சொன்னாங்க நீங்க லுங்கிய மறந்து வச்சிட்டு வந்துட்டீங்களாம். என்னுடைய நைட் ஃபேண்ட் புதுசாக வாங்கினது பாத்ரூமில் வச்சிருக்கேன் அதை போட்டுக்கோங்க. பின்னர் கிளம்பும்போது டிரஸ் மாத்திக்கலாம். அப்பதான் சாப்பிட வசதியாக இருக்கும். எங்க வீட்டிலும் டைனிங் டேபிள் கிடையாது உங்க வீடு போலவே.”

உங்க வீடு போலவே என்று சொன்னபோது மிக அழுத்திச் சொன்னது போலிருந்தது. குளியலறையில் அவளுடைய நைட் பேண்ட் என்னைப் பார்த்துக் கேலிசெய்தது. அதைக் கையில் ஏந்தினேன், பூப்போல நுகர்ந்தேன். புதுமணம் மாறாத அது கிறக்கம் தந்தது கணநேரம். அந்த இரவு உடையில் அவளும் என்னோடு இந்த ஷவரில் நனைந்துகொண்டிருப்பதுபோல நினைத்தேன். ஹமாம் சோப்பின் வாசனை குளியலறை முழுவதும் கிளம்பியது. என்ன ஒரு சுகந்தம், இந்த நேரம் மனம் முழுவதும் ஜக்ருதி நிறைந்திருப்பதுபோல இந்த வாசனை இந்த அறை முழுதும் நிறையட்டும், நீங்காது இருக்கட்டும்.

அவளது இரவுடையை அணிந்துகொள்ளக் கொஞ்சம் கூச்சமாக இருந்தது. அந்த ஆடைகூட ஜக்ருதியின் கண்களாகி விரிந்து ‘என்ன சேட்டா இதெல்லாம்’ என்று கேட்பது போலிருந்தது. மீண்டும் ஒருமுறை தடவி எடுத்து அணிந்துகொண்டேன். என் நடையில் ஒருவித அசௌகரியத்தை உணர்ந்தேன்.

“என்ன சோப் சேட்டா, வாசனை இவ்விடத்து மீன் வறுவல் வாசனையைக்கூட விரட்டியடிச்சு. மயூரா குட்டிக்குப் பிடிக்கும்ன்னு மீன் செஞ்சு. மோஹனா சேச்சிக்கும் பிடிக்கும். நீங்க அசைவம் சாப்பிடமாட்டீங்க. அதான் சேச்சி பாவம். இங்கெ வரும்போது மீன், கோழி எல்லாம் நல்லா வெட்டும்” என்று சொல்லிவிட்டு அவள் மீண்டும் ஆழ்ந்து பார்த்தாள். அந்தப் பார்வையில் உள்ளது என்னவிதமான அழைப்பு. தரையில் நான்கைந்து பாத்திரங்கள் மூடியிட்டு வைக்கப்பட்டிருந்தன.

“சேட்டா சாப்பிட வாங்கோ.”

“நானே போட்டு சாப்பிட்டுக்கிறேனே.”

“என்னாச்சு, ஏன் டென்சனாவே இருக்கீங்க?”

பதிலேதும் சொல்லாத என்னைப் பார்த்து “சரி உங்களுக்கு ரமேஷை சாப்பாடு பரிமாறச் சொல்லட்டா. அதுக்குள்ள நான் குளிச்சிட்டு வராம். ரமேஷ் இங்க வா.”

நான் மயூராவைத் தேடினேன். “மயூராவ பட்டுக்குட்டன் பார்த்துப்பான், அவங்களுக்கு ரமேஷ் சாப்பாடு போடும். நீங்க நிம்மதியாயிட்டு சாப்பிடணும். ஞான் இப்ப வராம்.”

மலையாளமும் தமிழும் கலந்த இவளது கொஞ்சும் மொழி இன்னும் மாறவில்லை. அடுத்தவர்களிடம் நல்ல நேர்த்தியான தமிழில் அல்லது ஆங்கிலத்தில் பேசுவாள், என்னையும் மோஹனாவையும் கண்டால் மட்டும் இவள் தமிழ் குழையத் தொடங்கும்.

“நான் கான்பிரன்ஸ் முடிஞ்சதும் கிளம்பறேன். மோஹனா தனியா இருக்கா.”

குளியலறை நோக்கிப் போய்க்கொண்டிருந்த ஜக்ருதி திரும்பிப் புன்னகை மட்டும் செய்துவிட்டு வேறெதுவும் சொல்லாமல் போனாள். அந்தப் புன்னகை அவனை நெருங்கி வந்து கிண்டல் தொனியில் ‘அவ்வளவு சீக்கிரம் போயிட முடியுமா’ என்று கேட்பது போலிருந்தது. அதைக் கையிலிருக்கும் கரண்டியால் ஓங்கி அடித்தேன். கரண்டி கைதவறி விழுந்து நாராசமாய் ஒலியெழுப்பியது “ரமேஷ் அங்கென்ன சத்தம்?” என்ற குரல் குளியலறையிலிருந்து கேட்டது. மௌனமாய்ச் சாப்பிட ஆரம்பித்தேன்.

அலுவலத்தில் கலந்துரையாடல் தொடங்கியதும் வேறு விதமான ஜக்ருதி சுழன்றுகொண்டிருந்தாள். கண் பார்க்க வளர்ந்த பெண் திருமணமாகித் தனியாக வீடு கட்டிப் பொருட்கள் வாங்கிக் குவித்துவைத்திருப்பதைப் பார்க்க அப்பாவைப் போலொரு பரவசம் வந்தது. வானொலி நிலையத்துக்குத் தேவையான புதுப்புது நிகழ்ச்சிகள் புதுமையான விஷயங்கள் என்பதாகச் சில மணிநேரத் திட்டங்களை செயல் விளக்கமாகக் காட்டிக்கொண்டிருந்தபோது வானொலி நிலைய இயக்குநர்கள் சலிப்போடும் வியப்போடும் பார்த்துக்கொண்டிருந்தனர்.

“ஊட்டியில் செயல்படுத்துங்கள் சரிவருமென்றால் பின்னர் யோசிக்கிறோம்” என்றனர்.

“எஃப்எம்மிலும் பிரைவேட்டிலும் வேலை பார்த்துட்டு வந்து பரபரப்பா ஏதேனும் செய்து நம்ம உசுர வாங்கறாங்க” என்று ஒருவர் குசுகுசுத்தது அவள் காதில் விழுந்திருக்காது.

“ஆனால் நண்பர்களே இப்போதெல்லாம் ஆல் இந்தியா ரேடியோவை மக்கள் கேட்பதில்லை, புதிய தனியார் எஃப் எம்க்கு இணையாக மக்களை ஈர்க்கும் நிகழ்வுகளை நாம் வழங்க வில்லையென்றால் செய்தி வாசிக்கும் வாய்ப்பைக்கூட நிலைய ரேடியோக்கள் விரைவில் இழக்கும். உங்கள் சலிப்பும், இனி எப்படி என்று யோசிப்பதும் எனக்குப் புரிகிறது.”

கலந்துரையாடல் நீண்டுகொண்டேயிருந்தது. சலிப்புற்றிருந் தவர்களைச் சுவாரஸ்யமாகப் பங்குகொள்ளவைக்க வேறு வேறு பயிற்சிப் பட்டறைகளைத் திட்டமிட்டிருந்தாள் ஜக்ருதி.

தொடர்ந்து பேசினாள் ஜக்ருதி. பல்வேறு விதமான பயிற்சிகள். கலந்துரையாடல்கள். அவள் உலகளந்தவளாகப் பிரமாண்டமாய் நின்றாள்.

“I am Impressed Jagruthi, Very Proud of You”

“எல்லாம் உங்களால்தான் சேட்டா. உங்களிடம் கற்றது.”

“நான் கிளம்பறேனே.”

“ஏன் சேட்டனுக்கு என்னைக் கண்டா பயமோ?”

“எனக்கென்ன பயம். கொஞ்சம் குழப்பம்.”

“கொழப்பமோ? எந்தா?”

“நான் இங்க வந்தது சரியா தப்பான்னுதான்.”

“எல்லாம் சரிதான். ஒன்னும் கொழப்பல்லா. சூடா ஜிஞ்சர் ஸ்பெசல் டீ ஒன்னு அனுப்பறேன் அதை எடு. நம்ம ஆபீஸ் பையன் நல்ல டீ போடும். அப்படியே ஒரு புகை விடு. எல்லாம் சரியாகும்.” உதட்டில் கைவைத்து சிகரெட் பிடிப்பதைப்போல் அபிநயம் பிடித்தாள். அந்த நேரத்தில் மாலை வெயிலில் மின்னிய அவள் கன்னங்கள் புதுவித போதையைக் கொடுத்தன. நல்லவேளை அவள் அங்கிருந்து போய்விட்டாள்.

அலுவலக உதவியாளரிடம் அருகில் போய் என்னவோ சொல்லிவிட்டு நகர்ந்தாள். நான் கொஞ்சம் பிறர் கண் உறுத்தாத தொலைவில் அவளைப் பின்தொடர்ந்துகொண்டிருந்தேன். ஊட்டியின் உச்சபட்சக் குளிரை அப்போதுதான் உணர்ந்தேன். உதவியாளர் ஒரு கோப்பை தேநீர் கொண்டுவந்தான். அவளருகே கொண்டுவந்து கொடுத்தான். அதை வாங்கி என்னை ஓரக்கண்ணால் பார்த்தவண்ணம் குடிப்பதைப்போலப் பாவனை

செய்துவிட்டு ஏதோ நினைத்துக்கொண்டவளாக அதை என்னிடம் கொடுக்கச் சொல்லி அனுப்பினாள். அதை அவள் கொஞ்சம் குடித்துவிட்டே கொடுத்திருக்கலாம். அவளுக்குத்தான் என்னைப் பற்றித் தெரியுமே. சீக்கிரமே இருட்டிவிட்ட மாலை, நிலையத்தில் ஒளிர்ந்த பளீர் விளக்குகள் நிலையத்தைச் சூழ்ந்திருந்த அடர் சிவப்பு ரோஜா மலர்களை வேறுவிதமான வசீகரத்தோடு காட்டின. இரவு உணவை அருகருகே அமர்ந்து சாப்பிட்டோம். அவள் சாப்பிடுவதுகூட அழகாய் இருப்பது போலிருந்தது. என்னைப் பிடித்த கிறுக்கு முற்றித்தான் போய்விட்டது. எனக்கு நானே சிரித்துக்கொண்டேன்.

"என்ன சேட்டா தானா சிரிச்சு?"

"ஒன்றுமில்லை."

வீட்டுக்கு வரும்போது மயூராவும் பட்டுக்குட்டனும் சாப்பிட்டு முடித்துவிட்டு ஏதோ சொல் விளையாட்டு விளையாடிக்கொண்டிருந்தனர். "அண்ணா இது புது வார்த்தை இதுக்கு ஆக்டிங் பண்ணிக் காட்டுங்க. ஓ அப்படி செய்யணுமா."

"இந்த நாள் மறக்க முடியாதது."

"எனக்கும்தான்."

'போதும் இதுக்கு மேல எதுவும் பேசாதே ஜக்ருதி உடைஞ்சிடுவேன். எத்தனை நாள் எவ்வளவு நேரம் பலூன்போல தரையில் பட்டும்படாமல் உருண்டு புரண்டுகொண்டிருப்பேன். என் இம்சை தெரியாதவள் போலவே நடிக்கும் இந்த அழுத்தக்காரியிடம் எப்படிச் சொல்வது இனி உன்னுடன் இருந்தால் முழுமையாய் மீண்டு செல்வது கடினமென்று.'

"என்ன அவ்வளவு தீவிர ஆலோசனை சேட்டா?" இம்முறை அவள் நிஜமாகவே அருகில் அமர்ந்திருந்தாள். அவ்வளவு நெருக்கமாக. சட்டென எழுந்தேன்.

"நான் தூங்கணும்."

அங்கிருந்து எப்போது மாடியடைந்தேன். எக்கணம் படுக்கையில் விழுந்தேன். நடு இரவில் ஏன் விழித்தேன். அதுவரை தூங்கினேனா? இப்போது நள்ளிரவா அல்லது விடிந்துவிட்டதா? கைக்கடிகாரத்தைப் பார்த்தேன், அது 12.10 என்று பச்சையாய் ஒளிர்ந்தது.

மெல்லப் பூனைபோல நடந்தேன். இதில் எது ஜக்ருதியின் அறை கடவுளே என்ன நடக்கிறது நான் ஏன்? அவள் மிக இயல்பாகத்தானே இருக்கிறாள்.

அறைக்குள்ளிருந்து குரல் கேட்டது “சேட்டா உறங்கலயோ, மயூரா குட்டன் எல்லாம் அடுத்த அறையில் தூங்குறாங்க. உறங்கப் போங்க.”

திடுக்கிட்டு மாடிப்படிகளை அடைந்தவன் விடுவிடுவென்று அறைக்கு சென்று படுக்கையில் விழுந்தேன். சே... எவ்வளவு கேவலமானவனாகிவிட்டேன்.

அந்த இரவு, அணுக்கலனுக்குள்ளே இருப்பதென, உறங்கவோ விழித்திருக்கவோ முடியாமல் அப்படியொரு தவிப்பு. எங்கிருந்தோ மயில் இறகாகி உடல் முழுதும் ஒவ்வொரு இடமாய் வருடுவது யாருடைய விரல்கள், என் அருகே அருவமாய் உலவுவது எது? அய்யோ தூக்கம் வந்துவிட்டால் தொல்லை யில்லை.

எழுந்து சென்று கதவைத் தாளிட்டேன். யாரோ படியிறங்கிப் போவது போலிருந்தது. பக்கவாட்டில் கைக்கெட்டும் தூரத்திலிருந்த மேசைமேல் தண்ணீர் வைக்கப்பட்டிருந்தது. நான் உறங்க வந்தபோது இது இல்லையே என்று நினைத்தபடி கொஞ்சம் தண்ணீரைக் குடித்தேன். ஆசுவாசமாக உணர்ந்தேன். ஆனாலும் உறக்கம் வரவில்லை. என்ன செய்துகொண்டிருந்தேன் என்பதும் நினைவில்லை.

ராணி அரக்குநிற மடிசார் உடுத்திய மோஹனா பளிச்சென்று சிரித்துக்கொண்டிருந்தாள். அவளது மூக்கிலிருந்து எட்டுக்கல் பேசரி ஒரு பட்டாம்பூச்சிபோல சிறகசைத்தது. அது பறந்துபோய் ஒரு மரத்திலமர்ந்தது. அந்த மரம் முழுவதும் நாவல் நிறத்தில் மணிமணியாய் பூத்திருந்தன பூக்கள். ஜக்ருதி மரத்தடியில் காத்திருக்கிறாள். ‘சேட்டா வரு’ என்று இரண்டு கைகளை விரித்து அழைக்கிறாள். அய்யோ அப்படியே அந்தக் கரங்களுக்குள் கரைந்து போய்விடமாட்டேனா? வேண்டாம், அவளை விட்டுப் பார்வையை விலக்கி, மீண்டும் நீலநிறப் பூக்கள் அவனைப் பார்த்துத் தமது ஒவ்வொரு இதழிலும் சிரிப்பது போலிருந்தது. ‘அந்தப் பூவெல்லாம் சிரிச்சா சிரிக்கட்டும் நீங்க பண்றதுதான் சரி’ தனது நீண்ட சடையை முன்னே போட்டிருந்தாள் மோஹனா. அதில் பச்சை நிறத்தில் மல்லிகை விரிந்து மணக்கும் தருணத்திலிருந்தது. ‘இது பெரிய சுழல். இதுல சிக்கினா மீளவே முடியாது’ என்று மோஹனா காட்டிய இடத்தில் இருந்த மீளாச்சுழல் மெல்ல எழுந்தென்னை நெருங்குகிறது. என்னைச் சூழ்கிறது. சுழன்று சுழன்று எங்கோ இறங்குகிறேன். முற்றிலும் நீருக்குள் மூழ்குகிறேன். நானே சுழலாகிறேன். ‘அப்பா எங்கே போயிட்ட வேகமா வா’ என்று கலவரமாய் கையை அசைத்துக்கொண்டே சுழலை நெருங்குகிறாள் மயூரா.

திடுக்கிட்டு விழிக்கிறேன். புலர்ந்திருந்தது. இந்த ஜ்வாலையில் இனி ஒருநிமிடம்கூட தாமதிக்க முடியாது. கிளம்பத் தயாரானேன்.

“ஞாயிற்றுக்கிழமைதானே சேட்டா, சாயங்காலம் கிளம்பினாகூட நாளை காலையில போயிடலாமே.”

“இல்லை இப்போது போனால்தான் நாளை மயூரா பள்ளிக்கூடம் போக சரியாக இருக்கும். இல்லைன்னா நாளை தூங்கி வழிவா.”

“...”

“மயூரா ஸ்கூலில் கொஞ்சம் கெடுபிடி அதிகம், தெரியும் தானே.”

எக்காரணம் கொண்டும் ஐக்ருதியின் கண்களைக் காணும் துணிவு எனக்கில்லை. எப்படியாவது இங்கிருந்து ஓடிவிட்டால் போதும். இன்னும் பத்து நிமிடங்கள் இவளிடமிருந்து தப்பித்தால் போதும். கடவுளே கருணைசெய்.

ஐக்ருதியின் இரவுடையைக் குளியலறை ஹாங்கரில் மாட்டினேன். குளிக்கிறேன் என்று உடலைக் கழுவி என் ஆடையை அணிந்துகொண்டேன். கீழே இறங்கி வந்தேன். அவள் கருந்தேநீர் தயாரித்து வைத்திருந்தாள், அதன் சூடு என்னை இதமாக்கியது.

“நான் கிளம்பறேன்” என்று உறக்கம் சரியாகக் கலையாத மயூராவைத் தோளில் தூக்கிக்கொண்டு கிளம்பினேன்.

வண்டி மௌனமாக ஓடிக்கொண்டிருந்தது. வீட்டை விட்டுப் பேருந்து நிலையம் இவ்வளவு தூரமா? தூரம் என்பதை எதைக்கொண்டு அளக்க? பேருந்து நிலையத்தை அடைந்ததும் மூச்சடைக்கும் குகையிலிருந்து வெளியே வந்தது போலிருந்தது. பேருந்துக்குப் பயணச்சீட்டை எடுத்து வந்தான் ரமேஷ்.

“இங்கிருந்து போன் பேச முடியுமா?”

ரமேஷ் ஒரு கடைக்கு அழைத்துப் போனான்.

“மேடம் கிட்ட பேசனும். எனக்கு வீட்டு போன் நம்பர் தெரியாது.”

“எழுதிக்கோங்க சார்.”

“வேண்டாம் நீயே போன் போட்டுக்கொடு.” அவன் தொலைபேசியில் எண்ணை அழுத்தும்போது வேறெங்கோ பார்ப்பதுபோல பாவனை செய்தேன்.

"ரிங் போகுது" என்று தொலைபேசியின் கைப்பிடியைக் கொடுத்தான்.

"மயூராவுக்கு சாப்பிட எதுவும் எடுத்துட்டாவது போயிருக்கலாம்."

"அவ இன்னும் தூங்கறா. நான் பார்த்துக்கறேன்."

"இருந்துட்டுப் போயிருக்கலாம்."

"இல்லை அவளுக்கு நாளை பள்ளிக்குப் போகணும்."

"இவ்வளவு சீக்கிரம் கிளம்பிட்டீங்களே."

"இதுவே தாமதம்."

"..."

"ம்ம்."

"ராத்திரி நான் போட்டிருந்த நைட் பேண்ட் அலசிப் போட்டுட்டு வரணும்ன்னு நினைச்சேன். கிளம்பற அவசரத்துல மறந்துட்டேன்."

"இப்ப அதத்தான் நான் போட்டிருக்கேன்."

காலச்சுவடு

8

சுயம்பாகி

1

குளியலறையை டெட்டால் போட்டுக் கழுவிக்கொண்டிருந்தான் தினகரன். கொடியல்பேல் கொட்ரோலி பகவதி கோவில் மணியோசை ஓங்கி ஒலிக்கத் தொடங்கியது. காலைநேர மங்கல ஆரத்திக்குப் போக வேண்டுமென்று தினகரனுக்கு ஆசை. ஆனால் அந்த நேரத்தில்தான் எல்லோரும் சாப்பிட வருவார்கள். அவர்களுக்குத் தட்டு எடுத்து வைக்க, தண்ணீர் ஊற்றி வைக்க என்று அரக்கப் பரக்க வேலையிருக்கும். அடுப்பில் எதையாவது கிண்டிக்கொண்டோ அல்லது வருபவர்க்குப் பரிமாறும் வேலையையோ சந்திரகாந்த் பார்ப்பார். பூஜையின் மணியோசை கேட்கும் நேரத்தில் அது போன்ற வேலைகளைச் சின்ன வேலைகளைப் பார்க்க அமைந்தால்கூட பரவாயில்லை, காலைப் பரபரப்பு முடிவதற்கு முன்னரே மூன்றாம் எண் அறையில் இருக்கும் ரஞ்ஜன் சாருக்குத் தினம் குளியலறையைக் கழுவ வேண்டும். அதுவும் அவர் இருக்கும்போதே செய்ய வேண்டும். அவர் இல்லாத சமயம் அவரது அறைக்குள் நுழைந்தாலே அவருக்குப் பிடிக்காது. குளியலறைக் கழிவறையைச் சுத்தம் செய்யும்போதுதான் தினமும் மங்கல ஆரத்தி நடக்கிறது.

நல்லவேளை மற்ற அலுவலர்கள் எல்லோரும் தங்கள் அறையை எப்போது சுத்தம்செய்ய வேண்டுமென்று எந்தக் கட்டுப்பாடும் வைப்பதில்லை. சத்யா இருக்கும் நாட்களில் அறைகள் சுத்தம்

செய்வதில் தினகரனோடு அவனும் கொஞ்சம் பங்கெடுப்பான். முன்பெல்லாம் காலையில் எல்லா வேலைகளையும் முடித்த பின்னரே அறைகளைச் சுத்தம்செய்வதும், மாளிகையின் வரவேற்பறை, பிற இடங்களை இருவரும் சுத்தம்செய்வார்கள். மூன்றாம் எண் அறைக்கு ரஞ்ஜன் சார் வந்த பின்னர் சுத்தம் செய்யும் வேலையைக் காலையிலேயே தொடங்க வேண்டி யிருந்தது, ஒரு அறையை மட்டும் சுத்தம் செய்துவிட்டுக் குளிக்க முடியாது. அதனால் எல்லா இடங்களையும் அப்போதே சுத்தம்செய்ய வேண்டியிருக்கும். காலை வேளையென்பதால் சமையலறையில் சத்யா அவனுடைய அப்பா சந்திரகாந்த்துக்கு உதவுவதுபோலப் பாசாங்கு செய்துகொண்டு தரையைத் துடைக்கிற, படுக்கைகளைத் தட்டிப் போடும் வேலைகளைத் தினகரன் தலையில் கட்டிவிடுவான். சில நாட்கள் முன்பு ஒருமுறை சத்யா குளியலறையைக் கழுவியிருப்பான். அன்று தினகரனுக்கு உடல்நிலை சரியில்லை. அடுத்த நாளே தினகரனிடம் “பாத்ரூமெல்லாம் சத்யா கிட்ட க்ளீன் பண்ண விடாத அவன் சின்னவன். இதெல்லாம் ஒழுங்காப் பண்ணாம விட்டான்னா ஆபிஸர்ஸ் யாரும் கம்ப்ளைண்ட் பண்ணிட்டா நமக்கு ரொம்ப சிக்கலாயிடும். உனக்கு ஏன் அடிக்கடி உடம்பு சரியில்லாமப் போகுது” என்று கேட்டார் சந்திரகாந்த்.

இத்தனைக்கும் சத்யா கல்லூரியில் தினகரனுக்கு ஒருவருடம் ஜூனியர். தினகரன் அவனை எவ்வளவு காபந்து பண்ணியிருப்பான். அவன் தினகரனுக்குத் தூரத்துச் சொந்தம். சத்யாவின் தாத்தாவும் தினகரனின் தாத்தாவும் ஒன்றுவிட்ட சகோதரர்கள். மூடுபத்ரி பகவதி கோவிலில் அன்னம் சமைப்பவர்கள். தினகரன் உணவக மேலாண்மைப் படிப்பு முடிந்து வேறு நல்ல வேலை கிடைக்காமல் சுற்றிக்கொண்டிருந்தான். ஒரு விருந்தினர் மாளிகையை மறைமுக ஒப்பந்த அடிப்படையில் பராமரிக்கும் சந்திரகாந்த் தனக்கு உதவிசெய்ய ஆள் தேடிக் கொண்டிருப்பதைக் கேட்டு தினகரனின் அப்பா அவனைச் சந்திரகாந்த்திடம் பேசி வேலைக்குச் சேர்த்துவிட்டார்.

எண்ணெய் நிறுவனத்தின் ஊழியர்கள் மாற்றலாகித் தங்களது குடும்பத்தைப் பிரிந்து மங்களூர் வரும்போது அவர்கள் தற்காலிகமாகத் தங்குவதற்கெனக் கட்டப்பட்ட விருந்தினர் மாளிகை அது. அந்த மாளிகையில் தங்குபவர்களுக்கு உணவு அளிப்பது முதல் அவர்களது உள்ளாடைகளைத் துவைத்துக் கொடுப்பதுவரை எல்லா வேலைகளுக்கும் சந்திரகாந்த்துக்கு நல்ல ஒப்பந்தத் தொகையை அந்த நிறுவனம் அளிக்கிறது. மாளிகையைப் பராமரிக்கச் சமையல் உதவிசெய்ய என்று கணக்குக் காட்டி நான்கு ஆள் சம்பளத்தை நிறுவனத்திடமிருந்து

அவரால் பெற முடியும். அதில் கணிசமான தொகை தினகரனுக்குக் கிடைக்கும் என்றும் அலுவலர்கள் அங்கே கொடுக்கப்பட்ட உணவுப் பட்டியல் தவிர வேறு பிரத்தியேக உணவுகளைத் தயாரிக்கச் சொல்லித் தனியாகப் பணம் கொடுப்பதிலும் மேற்படி வருமானமும் இருக்குமென்றும் சொல்லி தினகரனை அழைத்துக்கொண்டு வந்தார் சந்திரகாந்த். தினகரன் படித்த படிப்புக்கு அங்கே சமையலும் செய்ய வாய்ப்புண்டு என்று சொல்லித்தான் தினகரனின் அப்பா அவனைச் சம்மதிக்க வைத்தார்.

மங்களூர் கொடியல்பேல் பகுதியில் பெரிய தோட்டத்தின் நடுவில் அமைந்திருந்தது. அந்த மாளிகை வந்த புதிதில் தினகரனுக்கு மாபெரும் கனவுலகத்தில் நுழைந்த உணர்வைக் கொடுத்தது. தோட்டத்தில் ஸ்கேல் வைத்துக் கோடு போட்டது போல நிற்கும் பாக்கு மரங்களும், எண்ணெய் பூசிப் பளபளக்கச் செய்ததைப் போல முரட்டுப் பச்சை நிறத்தைக் கொண்ட இலைகள் பளபளக்கும் பலா மரங்களும் நிறைய இருந்தன. விதவிதமான பூக்களும் மருதாணி மலர்களும் கும்மென்று மணம் பரப்பிக்கொண்டிருந்தன. அதில் அதிகாலை நேரத்தில் பலவிதமான பட்சிகள் சத்தமிட்டுக்கொண்டே இருக்கும். அங்கே நடக்கும் கச்சேரியில் தினகரனால் கண்டுபிடிக்க முடிந்த ஓரிரண்டு குரல்களில் கிளியும் குயிலும் அடக்கம். வல்லூறுகள் கூட வந்து சிலசமயம் அமர்ந்திருக்கும். கண்ணுக்குக் குளிர்ச்சி யாகத் தெரியும் நந்தியாவட்டையும், சந்தன நிறத்தில் பூக்கும் செம்பருத்திகளும் இருந்தன. தோட்டத்தில் பரந்த கிளைகளோடு இருந்த பாதாம் மரத்தடியில் இருந்த கல்மேடை நான்கைந்து பேர் அமரப் போதுமானது. மாளிகையின் வரவேற்பறையிலும் பெரிய பெரிய ஷோபாக்களும் பெரிய தொலைக்காட்சியும் உண்டு. அதில் அமர்ந்து இளைப்பாறத் தினகரனுக்கும் சத்யாவுக்கும் மிகவும் பிடிக்கும். அங்கே தங்கியிருக்கும் அலுவலர்கள் யாரும் இல்லாத சமயத்தில் கொஞ்ச நேரம் ஷோபாவிலோ பூங்காவின் கல்மேடையிலோ அமர்ந்திருப்பார்கள். எப்போது வேண்டுமானாலும் ரஞ்ஜன் சார் வருவார். அப்போது விரைந்து எழுந்து ஓடினாலும் அவர் இழிவான பார்வையை எப்படியாவது தினகரன்மீதோ சத்யாமீதோ பதிவு செய்துவிடுவார். மறுநாள் கண்டிப்பாக நேரடி ஒப்பந்தக்காரர் கணேஷ் வந்து சம்பந்தா சம்பந்தம் இல்லாமல் கத்திவிட்டுப் போவார்.

படித்த படிப்புக்குப் பெரிய நட்சத்திர விடுதியிலோ கப்பலிலோ வேலைக்குச் சென்று நிறைய சம்பாதிக்கலாம் என்று நினைத்தது எல்லாம் கனவாகிப் போனது தினகரனுக்கு. வந்த புதிதில் காய்கறி வெட்ட, சமையல் உதவி வேலைகள் என்றே

நினைத்திருந்தான். போகப்போக அதுவெறும் எடுபிடி வேலை என்றே புரிந்தது. ஆனாலும் இங்கே கிடைக்கும் வருமானத்தை நம்பித்தான் அவன் குடும்பமே இருந்தது.

2

"எங்க வீடு மங்களூர் லால்பாக்ல இருக்கு. அங்கதான் மங்களூர் கார்ப்பரேசன் ஆபீஸ்கூட இருக்கு. அதுதான் எம்.ஜி. ரோட்ல மிகப்பெரிய பில்டிங். அதுக்கு அடுத்தது எங்க வீடு இருக்க கார்டன் என்கிளேவ்தான் பெருசு. அதுல முதல்மாடிலதான் எங்க வீடு இருக்கு. என் அம்மா மிகவும் சுறுசுறுப்பானவர். ஆனால் என்னால் எங்க அம்மா கீழ விழுந்துட்டாங்க. டாக்டர் அங்கிள் கிட்ட அப்பா கூட்டிக்கிட்டுப் போயிருக்காங்க."

"அம்மா கீழ விழந்தது எல்லாம் சொல்ல வேண்டாம். நேத்து வரை இருந்த அம்மாவைச் சொன்னா போதும்."

சத்யா அர்ஜுனுக்கு நாளை அவன் பள்ளியில் 'என் வீடும் என் அம்மாவும்' என்ற தலைப்பில் பேசவேண்டிப் பயிற்சி அளித்துக்கொண்டிருந்தான். அர்ஜுனுக்குக் குடிக்க தினகரன் பால் கொண்டுவந்து கொடுத்தான். பாலை வாங்கி ஒரு வாய் வைத்தவன்.

"அங்கிள் பால் கசக்குது" என்றான்.

"ஸ்ஸ் சக்கரை போட மறந்துட்டேன். ஆனந்த் சார் சக்கரையே போட்டுக்க மாட்டார்ல்ல. அந்த நியாபகத்தில் " என்று தலையைச் சொறிந்துகொண்டு நின்றான் தினகரன்.

"போய் சக்கரை போட்டு எடுத்துட்டு வா" என்றார் சந்திரகாந்த்.

சாயுங்காலம் ஆறு மணியிருக்கும் வேகவேகமாய் விருந்தினர் மாளிகைக்கு வந்த ஆனந்த் "மஞ்சுளா கீழே விழுந்து அடிபட்டுட்டா நான் அவளை ஹாஸ்பிடல் அழைச்சிட்டு போறேன். இவன் இங்கே இருக்கட்டும். சத்யா கொஞ்சம் அவனுக்கு ஸ்பீச் பிர்ப்பேர் பண்ணி விட்டுரு" என்று சொல்லி விட்டுக் கிளம்பிச் சென்றவர் இன்னும் திரும்பி வரவில்லை.

பாலை வாங்கிக் கெடுத்தவன் "சாயுங்காலம் நீச்சல் குளத்தில விளையாடிட்டே இருந்தேன். அப்ப விளையாட்டு ஜோர்ல நான் கால்வழுக்கி தண்ணீல விழப்போவதுபோல குளத்துக்கு பக்கத்துல நகந்துட்டேன்னா, அம்மா நான் விழுந்துறப் போறேன்னு நினைச்சி வேகமா ஓடி வந்தாங்கலா, அப்ப கால் வழுக்கி கீழே விழுந்துட்டாங்க."

“சரி நீ பாலை குடி.”

“உடனே சமாளிச்சி எந்திரிச்சிட்டாங்க. ஆனா அப்படியே முதுகப் பிடிச்சிட்டு உட்கார்ந்துட்டாங்க. என்னாச்சும்மானு நான் அழுதேன். ஒன்னுமில்லைன் லேசா வலிக்கிதுன்னு சொன்னாங்க. ஆனா அவங்களுக்கு ரொம்ப வலிச்சிருக்கும் போல, எப்போவும் படிக்கட்டுலதான் ஏறிப்போவாங்க அம்மா, நொண்டி நொண்டி வந்து லிப்ட்ல போனாங்க. அப்பறம் கொஞ்ச நேரம் கழித்து அவங்களால நிக்கக்கூட முடியவில. ஒக்காறவும் முடியல. எனக்கு எதுவும் சாப்பிடக்கூட கொடுக்கல. அப்பாவை போனில் கூப்பிட்டாங்க.”

“சரி நீ பாலை குடிச்சிட்டு வேற என்ன பேசப்போறேன்னு சொல்லு நாளைக்கு அம்மா வந்துடுவாங்க” என்றான் தினகரன்.

“கானா லாகவ்” என்ற குரல் கேட்டுத் திடுக்கிட்டான் தினகரன்.

“ஏன் அங்கிள் பயந்துட்டீங்க” என்று சிரித்தான் அர்ஜுன்.

சந்திரகாந்த்தும் தினகரனும் வேகமாய் எழுந்து சென்று சாப்பாத்திசெய்ய ஆரம்பித்தனர்.

“லால்பாக் ரோட்டில் மிகப்பெரியது எங்க வீடு.”

“இல்லை முன்னாடி சொல்லி குடுத்தேன்ல அதுபோல சொல்லு அர்ஜுன்” என்றான் சத்யா.

அர்ஜுன் சிணுங்கி அழ ஆரம்பித்தான். உடனடியாக அவனைத் தூக்கிக்கொண்டு வெளியே பூங்காவில் இருக்கும் கல்மேடைக்கு அழைத்துச் சென்று ஏதோ விளையாட்டுக் காட்டிக்கொண்டிருந்தான் சத்யா.

ஆனந்த் சார் இரவு பத்துமணிக்கு வந்தார். அர்ஜுன் அதற்குள் தூங்கியிருந்தான் “மஞ்சுளாவுக்கு ஸ்பைனல் கார்ட்டில் அடிபட்டிருக்காம். இன்னும் சில டெஸ்ட் எல்லாம் எடுக்க வேண்டி ஆஸ்பத்திரியிலேயே இருக்கச் சொல்லிட்டாங்க. எங்க கம்பெனி ஐடி பார்த்துட்டாலே இவனுங்க இப்படித்தான் போட்டுத் தாக்கிடுவாங்க.”

“அதனால என்ன சார், கம்பெனிதானே காசு குடுக்குது. மேடம் சரியாகி வீட்டுக்கு வந்துட்டா போதும்” என்றான் சந்திரகாந்த்.

“சரி நான் வீட்டுக்குப் போய் அர்ஜுன் ஸ்கூல் பேக், ட்ரஸ் எல்லாம் எடுத்துட்டு வந்து தந்துடறேன். நீங்க காலையில ரெடி

செய்து அனுப்பிடுங்க. நான் மறுபடி ஹாஸ்பிடல் போகனும் எப்ப வருவேன்னு தெரியாது."

"சரி சார் நான் பார்த்துக்கிறேன். இன்னும் சாப்பிட்டுக் கூட இருக்க மாட்டீங்க, சாப்பிட்டுக் கிளம்புங்க" என்றார் சந்திரகாந்த்.

மஞ்சுளாவை மூன்று வாரம் படுத்த படுக்கையை விட்டு எழக்கூடாது என்று சொல்லிவிட்டார்களாம். அதனால் அர்ஜுனும் ஆனந்த் சாரும் சந்திரகாந்த் பங்களாவில்தான் சாப்பிட்டார்கள். அதுமட்டுமில்லாமல் தினம் அர்ஜுனைப் பள்ளிக்குப் கிளப்பும் பொறுப்பு தினகரனுடையதாகிவிட்டது. சத்யா அர்ஜுனின் வீட்டு பாடங்களைக் கவனித்தான். சந்திரகாந்த் அவனைக் காலையில் லால்பாக் மெயின் ரோட்டுக்கு பைக்ல கொண்டுவந்து பள்ளிக்கூட வேனுக்கு அனுப்பிவைப்பார். மறுபடி சாயுங்காலம் போய்க் கூட்டிக்கொண்டு வருவார்.

மூன்று வாரம் இந்த அதிகப்படியான வேலையால் விருந்தினர் மாளிகையிலிருந்த பிற அலுவலர்கள் கொஞ்சம் அசௌகரியப்பட்டிருக்கலாம். ரஞ்ஜன் சாரைத் தவிர வேறு யாரும் எதுவும் நேரடியாகச் சொல்லவில்லை.

மூணு வாரம் கழித்து மஞ்சுளாவை வீட்டுக்கு அழைத்து வந்தபோது அவள் முன்னர் இருந்த எழில் கொஞ்சும் நிலையில் இல்லை. ஏதோ அரை மயக்கத்திலேயே இருந்தாள். பேசுவதும் குழம்பிப் பேசுவது போலிருந்தது. அவள் பேசுவது எதுவுமே யாருக்கும் புரியவில்லை.

ஆனந்த் சார் "அவ இப்ப இருக்க நிலையில் சமைக்க, பிற வேலை எல்லாம் பாக்க முடியாது சந்திரா. கொஞ்ச நாளைக்கு வீட்டுல சமையலுக்கு தினகரனை அனுப்பிவைக்க முடியுமா" என்றார்.

"சார் இதெல்லாம் கேட்கனுமா. அனுப்பி வைன்னு ஆடர் போடலாம் சார் நீங்க."

3

காலை ஐந்து மணிக்கு எழுந்து வெளியே வந்தான் தினகரன். ஐந்து மணிக்கு எழுந்தால்தான் இப்போதெல்லாம் சமாளிக்க முடிகிறது. முன் முற்றத்தில் நின்று கொடியல்பேல் பகவதி கோவில் கோபுரத்தைத் தரிசனம் செய்தான். விருந்தினர் மாளிகையைவிட சற்றே மேடான பகுதியில் கிட்டத்தட்ட ஐந்து ஏக்கர் நிலத்தில் கட்டப்பட்டிருந்த கோவிலின் முகப்புத் தோரணவாயிலில் மையமாக அமர்ந்திருந்த சிம்மவாகனியைப் போலொரு அழகியை வேறெங்கும் பார்த்ததில்லை. அவள் சிவப்புப் புடவை மடிப்புகள்

காண்பதற்கு நிஜமாய் அசைவது போலிருக்கிறது. சிம்மத்தைப் பார்த்தால் அது கர்ஜிப்பது போலிருந்தது. அன்னையின் பளிங்கு முகம் இருபுறமும் எரிந்த மின்சார விளக்கொளியில் பளீரென்றிருந்தது. தேவியின் முகம் குங்குமப்பூ கலந்த பால் நிறத்திலிருந்தது. மஞ்சுளா மேடம் மேனியின் நிறம் அதேபோலவே இருக்கும் என்று நினைத்தான் தினகரன். தோரணவாயிலில் கிழக்கு நோக்கிப் பறந்துகொண்டிருந்த ஆரஞ்சு வர்ணக் கொடி தினகரனைப் போலவே படபடத்துக்கொண்டிருந்தது. காலையில் கோவிலிலிருந்து பகவதி சரணங்கள் மெல்ல கசிந்து காற்றில் வந்து கொண்டிருந்தன. தவிட்டுக் குருவிகள் ஓயாமல் ஒலியெழுப்பி அதற்குப் பின்னணி இசை அமைத்தது. மனம் அமைதியடைந்தது.

விருந்தினர் மாளிகைக்கு எதிர்ப்புறமிருந்த அடுக்ககத்தின் உள்பரப்பிலிருந்த மகிழம்பூ மரத்திலிருந்து எழுந்த வாசனை மனதை மயக்கியது. வண்ணாத்திக் குருவி, கருங்குருவிகளின் ஓயாத ஓசை அந்த நேரத்தின் ஏகாந்தத்தின் இனிமையை இன்னும் கூட்டியது. கோவிலை நோக்கி மீண்டும் திரும்பினான் தினகரன். பூரணப் பொலிவுடன் திகழ்ந்த தேவியின் முகம் அவனைப் பார்த்து வசீகரமாய்ப் புன்னகைப்பதுபோல தோன்றியது. தேவியின் முகம் பார்க்கப் பார்க்க மஞ்சுளா மேடம் முகமே நினைவுக்கு வந்தது. அந்த நொடியே வீட்டுக்கு போய் மனைவியைக் கட்டிக்கொள்ளத் தவித்தது மனம். ஆனால் அவள் இருப்பதோ மூடுபத்ரியில் சமணர் கோவில்களுக்கு மத்தியில் இருக்கும் சற்றே பெரிய குடிலில். ஆனந்த் சார் வீட்டுக்குப் போக ஆரம்பித்ததிலிருந்து வீட்டுக்குப் போகவும் வழியில்லை. இங்கேயே வேலை அதிகம் இருக்கிறது.

சொந்தக்காரன் என்று சந்திரகாந்திடம் வேலைக்குச் சேர்ந்தால் இரண்டாம்பட்சமாகவே நடத்துகிறார். காலையில் எழுந்து மஞ்சுளா மேடம் வீட்டுக்குப் போய்விட்டு அங்கே வேலைகளை முடித்துவிட்டு வந்து பார்த்தால் இங்கே மேல் வேலைகள் எதுவுமே முடிந்திருக்காது. உடனே அரக்கப் பரக்க மேல் வேலைகளைச் செய்துகொண்டிருக்கும்போதுரஞ்ஜன் சார் கடுக்கிறார். இப்போதாவது சத்யா கொஞ்சம் கூடமாட உதவி செய் என்று சொல்லமாட்டார் சந்திரகாந்த். அவருக்குப் பிள்ளை என்ற பாசம் வருகிற அளவு சித்தப்பா மகன்தானே என்ற பாசம் வரவில்லை. முன்பெல்லாம் ஆறு மணிக்குத் தான் எழுந்துகொள்வோம். ஆனால் இப்போது ஆனந்த் சார் வீட்டிலிருந்து வரும்போதே ஏழு ஆகிவிடும். மாளிகையில் அலுவலர்கள் எல்லோருமே எட்டு மணிக்குப் பத்து நிமிடம் இருக்கும்போதே சாப்பிட வரத் தொடங்கிவிடுவார்கள். நல்லவேளை ரஞ்ஜன் சாரிடம் சந்திரகாந்த் ஏதோ சொல்லி

அவர் போன பின்னர் அறையைச் சுத்தம்செய்தால் போதுமென்று வாய்வாக்கு வாங்கிவைத்திருக்கிறார்.

இந்த விருந்தினர் மாளிகையின் ஒப்பத்தம் கிடைக்க ஆனந்த் சார் ஒரு காரணம் என்று சந்திரகாந்த் அடிக்கடி சொல்வார். ஆறு வருடங்களுக்கு முன்னர் சந்திரகாந்த் துபாயில் தனது வேலை ஒப்பத்தம் முடிந்து வீடு திரும்பிக்கொண்டிருந்த போது மங்களூர் வரும் விமானம் எட்டு மணிநேரம் தாமதமானது. அதே விமானத்தில்தான் ஆனந்த் சார் குடும்பத்தோடு துபாய் சுற்றுலா பயணம் முடித்துத் திரும்பிவர வேண்டியிருந்தது. மஞ்சுளா மேடம் பார்க்க வெண்ணெயில் கொஞ்சம்போல இளம் சிவப்பு வண்ணம் சேர்த்துச்செய்த சிலைபோல அப்படியொரு பளபளப்பு. கொங்கனி தேசத்து நிறம். மலையாளப் பெண்ணின் உடல்வாகு சேர்த்துச் செய்த அற்புதப் படைப்பு. அர்ஜூனுக்கு அப்போது இரண்டு வயதுக்குள் இருக்கும். துருதுருவென்று விமான நிலையம் முழுவதும் ஓடிக்கொண்டிருந்தானாம். அவனுக்குப் போக்குக் காட்டி விளையாட வைத்து அவனோடு பொழுதுபோக்கியது ஆனந்த் சாருக்கு மிகவும் பிடித்துவிட்டது. சந்திரகாந்த்தின் வேலை விபரங்களைக் கேட்டபோது நட்சத்திர உணவு விடுதியில் ஒப்பந்தம் முடிந்து ஊர் திரும்புவதாகச் சொல்லியிருக்கிறார். இனி மறுபடி வேலை தேடித்தான் போக வேண்டும் என்பதையும் சொன்னாராம். அதை நினைவில் வைத்துக்கொண்டு எண்ணெய் நிறுவனத்திற்கு விருந்தினர் மாளிகைக்கு ஒப்பந்தக்காரரிடம் சிபாரிசு செய்திருக்கிறார் ஆனந்த் சார். அந்த ஒப்பந்தக்காரர் மேற்பார்வையிலிருந்த இரண்டு மூன்று விருந்தினர் மாளிகையில் ஒன்றான கொடியல்பேல் பகவதி அம்மன் ஆலயத்தின் அருகிலிருந்த மாளிகையில் சந்திரகாந்தைப் பணியமர்த்தினார். “அஞ்சி வருஷமா இந்த இடத்த முழுசா கட்டுக்குக் கொண்டுவர எவ்ளோ உழைப்பு, எவ்ளோ நெளிவு சுழிவு? அதெல்லாம் உனக்கு எப்படித் தெரியும்?” என்று தினகரனிடம் ஒருமுறை சொன்னார்.

மஞ்சுளா மேடத்துக்கு எப்போது சரியாகுமென்று தெரியவில்லை. ரஞ்ஜன் சாருக்கு அர்ஜூன் அங்கே வந்திருந்த நாள் முதலே பிடிக்கவில்லை. ஆனந்த் சாரிடம் சொல்ல முடியாது சந்திரகாந்திடமும் எதுவும் சொல்லமாட்டார், தினகரனிடம் தான் கடிந்துகொள்வார்.

4.

கார்டென் என்கிளேவ் அடுக்ககத்தில் முதல் தளத்திலிருந்த அந்த வீட்டுத் தென்மேற்குப் பகுதியில் இருந்த படுக்கையறையை

ஒட்டி மேற்குப்புறம் அமைந்திருந்த பால்கனியில் மாலை வெயில் முழுமையாகப் படர்ந்திருந்தது. முதல் தளத்தை எட்டிவிட வேண்டுமென்று பேராசையோடு வளர்ந்திருந்த தீக்கொன்றை மரம் அடர்சிவப்பு நிறத்தில் பூத்திருந்தது.

அந்த பூக்களை உற்றுப் பார்த்துக்கொண்டிருந்தாள் மஞ்சுளா. அங்கிருந்து ஓடிவந்தவள் தினகரனிடம் "அய்யோ மரம் முழுக்க நெருப்பு." அவள் உடல் நடுங்கியது.

"இல்லை மேடம் அது நெருப்பில்லை. பூங்கொன்றை."

"இல்லை எனக்கு ஓங்கி அலறனும் போலிருக்கு. நீங்க யாருமே நான் சொல்றத ஏன் நம்பமாட்டேங்கிறீங்க?"

"சரி மேடம் அது நம்மை ஒன்றும் செய்யாது."

"அப்படித்தான் நேத்து சாயங்காலம் காலார காத்து வாங்க நடந்து போயிட்டுயிருந்தப்ப ஒரு பாம்போட தலை மட்டும் வெட்டுப்பட்டுக் கிடந்தது. ஆனாலும் அது சீறிக்கிட்டே புரண்டு புரண்டு என்னைத்தான் கொத்த வந்தது. அப்ப நடுமுதுகில் சுரீர்ன்னு பயம் பரவுச்சு. ஆனந்திடம் சொன்னேன் அவரு நம்பல."

"ம் சொல்லுங்க மேடம்."

"'மேல பாரு' ன்னார். நான் மேலே பார்த்தேன் கொத்தா அஞ்சாரு இல்ல பத்து பாம்பு, அவ்வளவு அகலமாப் படமெடுத்து பாக்கவே பயங்கரமா இருந்துச்சி. உத்துப் பார்த்தா பிளவுண்டு அதோட நாக்கு நீண்டு என் பக்கத்தில வருது. பயமாக இருக்குன்னா 'வலிக்கிதா வீட்டுக்குப் போலாமா' என்று பொருத்தமில்லாமல் சொல்றார்."

"..."

"அவரும் அர்ஜுனும் என்னவோ ரகசியமாகப் பேசிக்கிறாங்க. இவங்க எல்லோரும் சேர்ந்து என்னை என்னவோ செய்யப் போறாங்க. ஆனந்த்கூட இப்படி எனக்குத் துரோகம் செய்வார்னு நான் கனவில்கூட நினைக்கவில்லை."

"இல்லை மேடம் யாரும் உங்களுக்குக் கெடுதல் எதுவும் செய்யல. நர்ஸ் வந்துடுவாங்க. ஊசி போடுவாங்க. நீங்க தூங்குங்க."

"அய்யோ நீல கவுன் போட்ட அந்தப் பிசாசு வந்தா, அவள் வந்து ஊசி போட்ட உடனே இந்த மெத்தை கடல் மேல மிதக்குது. அவள் அந்த ஊசில என்ன மருந்து ஏத்துறா? ஆனந்த்கிட்ட கேட்டா 'நடக்கும்போது முதுகு வலிக்கிதுல்ல அதுக்காகன்னு' சொல்றாரு. எனக்கு முதுகில் வலியில்ல. அது பயம். இவங்களுக்கு எல்லாம் ஏன் சொன்னா புரியறதில்ல."

"சரி மேடம் இனி நர்ஸ் கிட்ட ஊசி போட வேண்டாம்ன்னு சொல்றேன். மாத்திரையும் சாப்பிடமாட்டேன்கிறீங்களே."

"அன்னிக்கி ஹாஸ்பிடல்ல இருந்தப்ப பாத்ரூம் போகக் கூட உன்னால முடியலன்னு மாத்திரைங்க எல்லாம் சிரிச்சிச்சி. அதனால்தானே அதை எல்லாம் தூக்கி எறிஞ்சேன். அப்போதிலிருந்துதானே நீல கவுன் போட்டவள் ஊசி போட ஆரம்பித்தாள். அப்ப இருந்து நான் உதவாக்கர ஆயிட்டேன்."

"இல்ல மேடம் அப்படியில்ல."

"அப்ப நீ ஏன் வர? நீ வந்தாக்கூட ஓகே. அந்த சந்திரகாந்த் அப்பப்ப ஏன் வரான்? நீ பேசறதுபோல அவன் நான் சொல்றதை கேட்கறதும் இல்லை. உத்து உத்துப் பார்க்கிறான். அவன் சரியில்ல. அவனை இங்கே வரவிடாதே. நீயே வா."

"சரி மேடம் நானே வரேன்."

"என் வேலை எல்லாம் நீங்களே செய்றீங்க. எனக்கு இனிமே இந்த வீட்டில் எந்த இடமும் இல்லயா? நான் இந்த ரூம்லயே முடங்கிப் போய்விடுவேனா?"

"இல்ல மேடம் உங்களுக்கு உடம்பு சரியானதும் செய்வீங்க."

"எனக்கு உடம்புக்கு ஒன்னுமில்ல. என்னால எல்லா வேலையும் செய்ய முடியும். நர்ஸ் போடும் ஊசிலதான் இப்படி ஆயிட்டேன். இனிமே நானே சமையல் செஞ்சுப்பேன். நாளையிலிருந்து நீ வரக் கூடாது" என்று மஞ்சுளா கத்தினாள்.

"சரி மேடம் செய்யலாம்."

இட்லிகளை எடுத்து அதன் வெப்பம் குறையாமல் இருக்கும் பாத்திர அடுக்கில் வைத்துக்கொண்டிருந்தான். சாப்பாட்டு மேசைமீது இட்லித் தட்டுகளையும், அந்தப் பாத்திரத்தையும் வைத்துவிட்டு உள்ளே சென்று அவன் பரபரப்பாக எதையோ எடுத்து வைத்துக்கொண்டிருந்தபோது "நீ ஏன் இப்படி சத்தம் செய்ற" என்று கேட்டுக்கொண்டே சாப்பிடும் மேசையருகே வந்தாள் மஞ்சுளா.

"பார் தினகரன் நீள்வட்டக் கிணறு. அழகா இருக்குல. தண்ணீர் தேன் நிறத்தில் இருக்கு. என் முகம் எவ்வளவு தெளிவாக அழகாக தெரியுது இதுல. தண்ணி மேல மயிலிறகு அசையுது. ஆனா அது ஏன் இவ்வளவு பெரிசா இருக்கு?"

"மேடம் கொஞ்சம் அங்கே பாருங்க. அது தென்னை மரம்."

"ஜன்னல் வழிய காத்து. அதான் பச்ச கீத்த அசைக்குது. இங்க தண்ணில அதன் பிம்பங்கள். மயில் இறகு அல்ல. இது

சாப்பாட்டு மேசைல. இல்ல நான் ஆசையா வாங்கிப் போட்ட முட்டை வடிவச் சாப்பாட்டு மேசை. என்னைக் குழப்பாத இது இது பழுப்பு நிறத் தண்ணி. இது தண்ணீர் மேசை. ஏன் உன் முகம் என் முகத்துக்கிட்ட தெரியுது. நீ என்னை என்ன செய்யப் பார்க்கிற?"

இட்லி இருந்த தட்டை வீசி எறிந்தாள் மஞ்சுளா. சாப்பாட்டு மேசை உடைந்து. அதிலிருந்து தெறித்த ஒரு கண்ணாடித் துண்டு தினகரன் நெற்றியில் பட்டுக் காயம் ஆனது. அர்ஜுன் பயந்தபடி பார்க்கிறான்.

5

சுல்தான் பெட்டரி கோட்டையருகே இருக்கும் பூங்காவின் வண்டி நிறுத்துமிடத்தில் வண்டியை நிறுத்திவிட்டுப் பெருமூச்செறிந்தார் ஆனந்த். விருந்தினர் மாளிகைக்கு வந்து தினகரனை அழைத்துக் கொண்டு தண்ணீர்பாவி கடற்கரைக்குச் செல்லலாம் என்றார். தினகரன் அன்று மஞ்சுளா மேடம் இட்லித் தட்டை வீசி எறிந்த போது இரவுப் பணி முடிந்து வீட்டுக்குள் நுழைந்த ஆனந்த் நெற்றியில் பட்ட காயத்தை டெட்டால் வைத்துக் கட்டிவிட்டார். அதன்பிறகு ஓரிருநாள் சந்திரகாந்த் ஆனந்த் சார் வீட்டுக்குச் சென்றார். பிறகு என்ன ஆனதோ அவரும் போகவில்லை.

அந்தப் பூங்காவில் பெரிய மீன் சிலையைக் கணவனும் மனைவியுமாக இரண்டுபேர் தூக்கிக்கொண்டு நடப்பதுபோல ஒரு சிலையிருந்தது. அவ்வளவு பெரிய சுறாமீன், ஆனால் அது நிஜ மீன் போலவே இல்லை. அந்த இரண்டு மனிதர்களும் குட்டையாகச் செயற்கையாகத் தெரிந்தனர். பூங்காவில் இருந்த பூக்கள் எல்லாம் கடல்காற்றுக்குத் தலையசைத்துக் கொண்டிருந்தன. பெரிய கஜலஷ்மி சிலை இருபக்கமும் இரண்டு சிறிய யானைகளோடு பிரமாண்டமாய் இருந்தது. ஆனால் எதிலும் இயற்கைத்தன மில்லை. தண்ணீர்பாவி கடற்கரைக்கு அங்கிருந்து படகு செல்லும். கடற்கன்னிகள் போலிருந்த சிலை நடுவே அமர்ந்திருந்தவர் ஒருகாலத்தில் தேசத்தின் ராஜாவாக இருந்திருக்கலாம்.

"மஞ்சுளாவுக்கு இந்த இடம் ரொம்பப் பிடிக்கும். அவளோடு வரப்ப இந்த விளக்குங்க அதோட ஒளி, இங்க உலவுற காத்து எல்லாமே ஒரு அபூர்வ உணர்வைத் தரும். அவளோட இனி எப்போ இங்க வர முடியுன்னு தெரியல. அவகூட இல்லாத இந்த இடம் ... பச் ... எந்த சுவாரஸ்யத்தயும் தராது."

"சார் வருத்தப்படாதீங்க, மேடம் சீக்கிரமா சரியாயிடுவாங்க."

“நிமிட நேரம் சும்மா இருக்கமாட்டா மஞ்சுளா. வீட்ட இன்ச் இன்சாக சுத்தம் பண்ணுவா. விதவிதமா சமையல் செய்வா. யார் கண்ணுப் பட்டதோ? அவ வழக்கமான வேலயெல்லாம் செஞ்சி மூணு மாசமாச்சி. இனி அப்படி அவளால வேல செய்ய முடியுமான்னுகூட தெரியல. என்னன்னு தெரியாத பூதமொன்னு அவளோட இருக்கு.”

“ஆமாங்க சார் முன்னே எல்லாம் மஞ்சுளா மேடமைப் பார்த்தா கொடியல்பேல் பகவதியைப் பார்த்தது போலவே இருக்கும். என்னவோ கெட்ட நேரம்.”

“அவள் இப்பத்தான் மெல்ல மெல்லத் தேறிவந்தாள். சந்திரகாந்த் வரது அவளுக்குப் பிடிக்கலன்னுதான் முதலில் நினைச்சேன். அவன் வரும்போதெல்லாம் பெட்ரூம விட்டு வரமாட்டா. இன்னும் தன்னை முழுசா போர்த்திக்கிட்டு நடுங்கிக்கிட்டே இருப்பா. கால் விரல் தெரிஞ்சாக்கூட இழுத்து இழுத்து மூடிக்குவா.”

“ஒன்னும் பிரச்சனையில்ல சார். நீங்க கவலப்படாதீங்க.”

“அவள் அடிபட்ட அன்னிக்கி மாடிவரை அவளேதானே நடந்துபோயிருக்கா. அன்னிக்கி கொஞ்ச நேரம் நின்னு சமைக்கக் கூட செய்தாளாம். அப்பறம் ஹாஸ்பிடலுக்கு கொண்டுபோகிற வழியிலோ, பல டெஸ்ட் எடுக்க படுக்கைல இருந்து ஏத்தி இறக்கி முதுகெலும்பில என்ன பிரச்சினன்னு கண்டு பிடிக்கிறேன் பேர்வழின்னு மயிரிழை அளவே விட்டிருந்த விரிசலைப் பெரிசாக்கி விட்டானுங்க. அப்பறம் சர்ஜரி, பெயின் கில்லர், உடல் பயிற்சின்னு அவளுக்குக் கிட்டத்தட்ட பைத்தியம் பிடிக்க நானே காரணமாயிட்டேன்.”

“சார் ஏன் கவலைப்படறீங்க இதில் உங்க தப்பு என்ன இருக்கு. டிரீட்மென்ட்க்குத்தானே அழைச்சிட்டுப் போனீங்க.”

“மருத்துவமே பிரச்சினையைப் பெரிதாக்கிவிட்டதோ. அவள் காய்சல், ஜலதோஷம் எதற்குமே மருந்து சாப்பிடமாட்டா. இதயும் அப்படியே விட்டிருந்தா அவளாகவே சரியாகியிருப்பாளோ?”

“...”

“இன்னிக்கி நைட் டியூட்டி முடிஞ்சி காலையில எட்டரை மணிக்கு வந்தப்ப மஞ்சுளா இட்லி உடைந்துவிட்டது என்று அழுதுகொண்டே இருந்தாள். அர்ஜூன் பள்ளிக்குக் கிளம்பாமல் விழித்தபடி அமர்ந்திருந்தான். அர்ஜூன் என்னிடம் ‘அம்மா அவர் மேல தட்டைக் தூக்கி எறியப் போனாங்க. அம்மா தட்டை எறிய விடாம கையப் பிடிக்க வந்தாரு. அம்மா அடிச்சிட்டாங்க’

என்றான். இருக்கின்ற பிரச்சினைகள் போதாதென்று இந்த சந்திரகாந்த் வேற. அவனுக்கு கிறுக்குத்தான் பிடித்திருக்கிறது. இப்பத்தான் அவள் கொஞ்சம் பழைய நிலைக்கு வராப்புல இருந்துச்சி. அதற்குள்ள இவனே அவள பழையபடி ஆக்கிட்டான்."

"..."

"துபாய் ஏர்போர்ட்டில் ஒன்றுமே தெரியாதவன்போல இருந்தான். குழந்தைக்கு அந்த அஞ்சாரு மணிநேரத்துல காட்டிய அன்புக்கு எதாச்சும் செய்ய நினைச்சி அவனுக்கு நான் இந்த வழிகாட்டினேன். நான் அவனுக்கு அதிகம் சலுகை காட்டறேன்னு கணேஷ் வேறு என்னிடம் அடிக்கடி புகார் சொல்கிறான். கம்பெனில சந்திரகாந்துக்கு டேரக்கிட் கான்ட்ராக்ட் கொடுக்க நான் சொன்னதுல அவனுக்குக் கொஞ்சம்கூட உடன்பாடில்ல. ஏன் ரஞ்ஜனுக்கும் கொஞ்சம்கூட அதில் பிடித்தமில்லை. சப் கான்டார்க்ட்ல இருக்கப்பவே சந்திரகாந்த் மதிப்பதில்லன்னு சொல்வாரு."

"சந்திரகாந்த் மேல தப்பெதுவும் இருக்காது சார்."

"சந்திரகாந்த் நல்லவன்தான், ஆனால் கொஞ்சம் சாதுர்ய மானவன்னு அவன் வந்த புதிசுலேயே தெரிஞ்சது. நல்லபெயர் வாங்கன்னுமின்னு தெரியாததக்கூட தெரிஞ்சது போல சாமர்த்தியமாப் பேசுவான். மற்றபடி விஷமம் இல்லை. அதான் கொஞ்சம் விலகி மரியாதைக்கான இடைவெளிலயே வைத்திருந்தேன். ஆனா ?"

"அவருக்கு இங்க பிரச்சினை சார். ரஞ்ஜன் சார் மட்டுமில்லை எல்லோருமே சொல்ல ஆரம்பிச்சிட்டாங்க"

"எல்லாம் இன்னும் கொஞ்ச நாளைக்குத் தானே. உங்களுக்கு எல்லாம் தெரியும் தானே எனக்கு ட்ரான்ஸ்பர் ஆகப் போகுதுன்னு."

"இடம் மாறினாலாவது மஞ்சுளா மேடம்க்கு சரியாகிடலாம் இல்லையா ?"

"நானும் அப்படித்தான் நம்பறேன்."

6

மதியச் சமையலுக்குத் தேவையான காய்கறிகளை வாங்கப் பையை எடுத்துக்கொண்டு ஹம்பனெஹெட்டே மார்க்கெட்டுக்குக் கிளம்பினான் தினகரன். ஹம்பனெஹெட்டே மணிக்கூண்டைப் பார்த்துப் பெருமூச்செறிய மட்டுமே முடிகிறது. அவனுக்கு அதுதான் ஈபில் டவர். பத்துக்குப் பத்து அகலமுள்ள நான்கு சுவர் சூழ்ந்த தூண் வடிவம். முதல்

தளத்தில் நாலுகட்டு வீட்டு படிபுரா அமைப்பில் அலங்காரக் கோபுரமும் இருக்கும். அதற்கு மேல் ஒருவரிருவர் இணைந்து வலம் வருவதற்குத் தேவையான அளவு இடம்விட்டு மற்றொரு சதுர வடிவம் எழுப்பப்பட்டிருந்து. அந்த நான்கு சுவரின் உச்சியில் தென்னம் தொன்னையைக் கவிழ்த்து வைத்ததுபோல நான்கு புறமும் மழை வடிய அட்சி ஓடு வேயப்பட்டு ஒற்றைக் கும்பம் வைக்கப்பட்டிருக்கும். நான்கு முனைகளில் பாம்பு வடிவ மில்லை அது மட்டுமே அதற்கும் கோவில் கோபுரத்துக்குமான வேறுபாடு. கோபுரத்துக்குக் கீழே நான்கு புறமும் சுவர் அகலத்துக்கு இணையான கடிகாரங்கள் இருக்கின்றன. ஆனால் அதில் மணி பார்ப்பவர்தான் யாருமில்லை.

வீட்டில் அண்ணனும் அப்பாவும் உணவக மேலாண்மை படித்த மாதிரியேதான் தினகரனும் படித்தான். அவன் அரபிக் கடல் காற்றை எவ்வளவு காலம்தான் குடிப்பது. ஐரோப்பியா பனியில் நனையலாம் என்று நினைத்த கனவுகள் கனவுகளாகவே இருக்கின்றன. சத்யாவின் பாடு பரவாயில்லை அவனுக்காவது அப்பா நேரடி ஒப்பந்தம் முயற்சி செய்துகொண்டிருக்கிறார். தினகரன் குடும்பத்துக்கு இந்த வேலையை விட்டால் எந்த வருமானமும் இல்லை. வேலை எவ்வளவு செய்தாலும் தினகரனின் அப்பா சந்திரகாந்த்கிடம் ஒவ்வொரு மாதமும் வந்து தினகரனின் சம்பளத்தை வாங்கிக்கொண்டு போய்விடுவார். செலவுக்கு மட்டும்தான் கொஞ்சம் காசு கொடுத்துவிட்டுப் போவார். கேட்டால் சாப்பாடு, தங்க இடம் இலவசம் உனக்கு எதுக்கு காசு என்பார். அவர் சொல்லும் கதைகளில் வீடு படும்பாடு தினகரன் வாயை அடைக்கும்.

தினகரன் அப்பாவின் அப்பா கோவிலில் சிறு சிறு நேவேத்தியம் செய்துதரும் வேலையில் இருந்தார். அவர் தொடங்கிய அன்னமிடும் தொழில்தான் என் வரையிலும் தொடர்கிறது. தனது ஒரே மகனை போஷிக்கப் போதுமான அளவு வருமானம் தினகரனின் தாத்தாவுக்குக் கிடைத்தது. தினகரனின் பாட்டி அவன் அப்பாவின் சிறுவயதிலேயே இறந்துவிட தாத்தாவுக்கும் அப்பாவுக்கும் பெரும்பாலும் பூஜை முடிந்து தரப்படும் பிரசாதமே போதுமானதாக இருந்தது. அவன் அப்பாவும் அதிகம் எதிர்பார்ப்பில்லாமல் வளர்ந்துவிட்டார். பிரச்சினை திருமணத்திற்குப் பின்னர் தொடங்கியது. சிறிய சீரியல் லைட் போன்று சிவந்த ஆவாரம் பூக்கள் நிறைந்த அவர்கள் வீடு அம்மாவுக்குப் போதவில்லை. தோரணவாயில் கொண்ட பெரிய மாளிகை வேண்டும் என்ற அம்மாவின் கனவு அப்பாவை சீனா, துபாய் என்று உலகின் பல்வேறு நகரங்களுக்குத் துரத்தியது. அண்ணனையும் ஐரோப்பிய நாடுகளில் வேலைக்கு அனுப்பியது.

தினகரன் விருப்பம் அண்ணனோடு ஐரோப்பாவிற்குச் செல்வது. அண்ணனைப் போலவே நானும் அங்கேயே ஒரு பெண்ணைப் பார்த்து மணந்துகொள்வேன் என்று அம்மாவுக்குப் பயம். அப்பாவுக்கும் அது பயமாக இருக்கலாம். விரைவிலேயே திருமணத்தை முடித்து வெளிநாடு செல்லும் ஆசையை மாற்றி விட்டார். அவன் பத்தினிக்கு அதிக ஆசைகள் இல்லை. அப்படிப் பட்ட பெண்ணைத்தான் தினகரனின் அம்மா அவனுக்குப் பார்த்திருந்தாள். குடும்பத்துக்கு உழைக்க இங்கேயே வேலை செய்தால் போதுமென்று தினகரன் மனைவி சொல்லிவிட்டாள். உழைப்பிருந்தால் போதும், அங்கே போய் சேமிப்பதைவிட மிக அதிகம் சேமிக்கலாம் என்றும் அவளை விட்டே சொல்லி யிருந்தனர். எங்க போனாலும் நம்ம ஊர்போல வராது என்று எல்லா சமாதானமும் சொல்கிறாள். தினகரனின் அப்பா சத்யாவுக்கு சந்திரகாந்த் நேரடி ஒப்பந்தம் எடுத்துக் கொடுத்த கையோடு அவனுக்கும் ஒன்று ஏற்பாடு செய்வார் என்று நம்பிக்கொண்டிருக்கிறார்.

நேரடி ஒப்பந்தம் கிடைப்பது இருக்கட்டும், பின்னர் தினகரன் நிறைய சம்பாதிக்க வாய்ப்பு இருந்தாலும் இப்போது இங்கே எச்சில் தட்டுத் தான் கழுவ வேண்டியிருக்கிறது. அதுவும் ரஞ்ஜன் சார் சாப்பிட்டுக் கை கழுவ எழுந்து சென்று திரும்பும் முன்னரே தட்டை எடுத்து அந்த இடத்தைச் சுத்தம்செய்ய வேண்டுமென்பார். கை கழுவிவிட்டு வந்து அமர்ந்து காபி குடிக்கும்போது எச்சில் தட்டு இருக்கக்கூடாதாம். ஒரு நிமிட நேரம் வேறு வேலையாக இருந்தால் கூட ஒப்பந்தக்காரர் கணேஷிடம் போய்ச் சொல்லிவிடுவார். அவர் வந்து திட்டிவிட்டுப் போவார்.

அப்போதெல்லாம் தினகரனுக்கு ஏன் இந்த இடத்தில் இவ்வளவு கூழைக் கும்பிடு போட்டுக்கொண்டு இருக்க வேண்டுமென்று தோன்றும். ஆனால் தாத்தா சொல்வதுதான் நினைவுக்கு வரும். “விருந்தினர் விருந்துண்ட புண்ணியம் அவர் சாப்பிட்ட எச்சில் இடத்தைத் துடைக்கும்போதுதான் கிடைக்கிறது” அவர் தொடங்கிவைத்த உண்டித் தொழிலில் இதுவும் நியாயம்தானே.

7

ஆனந்த் சார் மாற்றலாகிப் போன பின்னர் எல்லாமே தலைகீழாகிவிட்டது. தினமும் ஏதேனும் காரணம் சொல்லிக் கொண்டு கணேஷ் வந்துவிடுகிறான். சின்னச் சின்ன குறைகளைக் கண்டுபிடித்துத் திட்டிக்கொண்டிருக்கிறான். தினகரன் ஆனந்த் சார் வீட்டில் வேலைக்குச் சென்றுகொண்டிருந்தபோது ரஞ்ஜன் சார் ஒருநாள் கணேஷிடம் வந்து “ஆனந்த் சாரிடம் சொல்ல முடியல அவங்க வீட்டுக்குச் சந்திராவை வேணும்னா

அனுப்பேன். தினகரன் போயிட்டா சத்யாவுக்கு அடுப்படி வேலையே சரியா இருக்கு, ரூம் சுத்தம் பண்ண நான் ஆபீஸ் வந்தப்பறம் வரும்போது, அதைத் தூக்கி இங்க இதைத் தூக்கி அங்கன்னு வைச்சிடறீங்க. எனக்குத் தேடவே சரியா இருக்கு. பாத்ரூம்கூட நான் இருக்கும்போது சுத்தம் செய்றாப்புல சுத்தமா செய்றது இல்லை" என்றார். இப்போது ஒப்பத்தம் ரஞ்ஜன் சார் கையில்தான். கொடியல்பேல் கொட்ரோலி ஸ்ரீ பகவதி கணேஷை ஏமாற்றவில்லை, ஆனந்த் சார் கிளம்பிய உடனேயே ரஞ்ஜன் சார் வேறு சந்திரகாந்த் மேல் புகார் கொடுத்திருக்கார். அதனால் சந்திரகாந்த் கதை அவ்வளவுதான் என்று நினைத்தான் கணேஷ்.

"என்ன சந்திரா பேராசைப்பட்டா இப்படித்தான். உள்ளதும் போச்சா."

"கான்டிராக்ட் ஆனந்த் சார் வற்புறுத்தினதுனாலதான் அப்ளை பண்ணேன் கணேஷ் அண்ணா. இப்ப இருக்க மாதிரியே இருந்துடறேன்."

"விட்டா என் தலை மேலயே ஏறப் பார்த்தல்ல, இப்போ இன்னும் இரண்டு மாசத்துல மூட்டை கட்டிக்கிட்டுக் கிளம்ப வேண்டியதுதான். ரெடியா இரு"

இவ்வளவும் சொல்லும்போது சந்திரகாந்த் தலைகுனிந்து நின்றுகொண்டிருந்தார். கிட்டதட்ட அழுதுவிடுவான் போலிருந்தது. சத்யா தன் அப்பாவைச் செய்வதறியாது பார்த்துக் கொண்டிருந்தான். கொடியல்பேல் பகவதி கோவில் மணி சந்தியாகால மங்கல ஆரத்திக்காக ஒலித்துக்கொண்டிருந்தது. தினகரன் கைகளைக் குவித்துக் கண்களை மூடியபடி நின்றான். அவன் மனமார தேவியைத் தரிசித்திருக்க வேண்டும். அதுதான் அவன் முகம் மலர்ந்து அழகாய்ப் புன்னகைக்கிறான். வெளியே வந்து கல்மேடையில் சாவகாசமாய் அமர்ந்தான்.

ரஞ்ஜன் சார் அறையிலிருந்து வெளியே வந்தார் "கணேஷ் பங்களாவில் எல்லோரும் கான்ட்ராக்ட்டை சந்திரகாந்துக்குக் கொடுக்கச் சொல்லி மெயில் போட்டுட்டாங்க. அவனுக்கு ஆடர் நிச்சயம். அவனுக்கு இங்கே வைக்கலைன்னா உன்னையே மாத்த சொல்றாங்க. நீ இனிமே இங்கே வந்து தொந்தரவு செய்ய வேண்டாம்" என்றார். தினகரன் முகம் இருண்டுபோனது. கூடவே அவன் மனைவி நினைவு வந்து முகத்தில் நிம்மதி படர்ந்தது. அதுவரை நிமிர்ந்து கல்மேடை மேல் அமர்ந்திருந்தவன் பணிவோடு எழுந்து உள்ளே சென்று இரவு உணவுக்கு ஏற்பாடு செய்ய ஆரம்பித்தான்.

யாவரும்.காம்

9

மண் அகல்

“முதல் கொட்டுக்கு ஆள் வந்துடுவாங்க. இப்பயே எழுந்தாத்தானே கல்லுக்குப் பொங்கல் படைக்க ரெடி பண்ண முடியும், இன்னும் தூங்கிட்டு இருந்தா எப்படி வசந்தி? எந்திரி.”

அப்போதுதான் அசந்தது போலிருந்தது வசந்திக்கு. அம்மாவின் குரல் கேட்டுத் திடுக்கிட்டு விழித்தாள். அம்மாவின் குரலா கேட்டது? உடல் சிலிர்த்தது அவளுக்கு. ஜோதிமயி பாயிலிருந்து உருண்டு தரையில் கோணல்மாணலாக உறங்கிக் கொண்டிருந்தாள். மணி அதிகாலை 4. நேற்றே கௌசல்யா சித்தி நினைவூட்டிவிட்டுப் போயிருந்தாள். “சரியா 3.30க்கு எழுந்திரிச்சாதான் வண்ணான் மாரி வந்ததும், முதல் கொட்டு கொட்டும் முன்ன கல்லு படைக்க பொங்கல் வைக்க முடியும். உங்க வீட்டுல அடுப்பேத்தக் கூடாது. என் வீட்டுல பொங்கிடலாம். மாரி வந்துட்டா எங்க பொங்கன்னு, பறக்க ஆரம்பிச்சுடுவான். நான் வர்றதுக்குள்ள அம்மா போட்டோ எடுத்து வைச்சிரு. மாலைய பிரிட்ஜ்ல இருந்து கடைசியா எடுத்துப் போட்டுக்கலாம். மணப்பலகையைக் கழுவி வைச்சிடு. மத்த அலங்காரமெல்லாம் பெரியவங்க வீட்டுக்கு வந்ததும் பார்த்துக்கலாம். இளநீர், பால் கோவா, மிச்சர் எல்லாமே எடுத்து வைச்சிடு” என்று சொல்லிவிட்டுத்தான் அவர்கள் வீட்டுக்குப் படுக்கப் போயிருந்தாள்.

கௌசல்யா சித்தி வீட்டில் இன்னேரம் எழுந்து பொங்கல் தயார்செய்துகொண்டு இருக்கலாம். சித்தி

வீட்டுக்குப் போக இங்கிருந்து பின்புறம் போகும் சந்தில் போக வேண்டும். பின்கட்டில் குடியிருக்கும் மூன்று குடித்தனக்காரர்களில் யாருமே சாயங்காலம் ஏழு மணிக்கு மேல் வெளி விளக்கைப் போடுவதில்லை. இந்த நேரத்தில் கும்மிருட்டாகத்தான் இருக்கும். பிறந்ததிலிருந்து கல்யாணமாகிப் போகும்வரை ஆயிரம் முறை, கோடி முறை நடந்த சந்துதான். ஆனாலும் இருட்டில் இப்போதும் நடக்கப் பயமாகத்தான் இருக்கும். பூச்சிபொட்டு இருந்தா, தட்டுக்கிட்டா என்ன செய்வது. 'இந்த குடித்தனக்காரங்க, வீட்டுக்காரங்க வீட்டில நல்லதுகெட்டது, விஷேசம்ன்னா விளக்கப் போட்டே வைச்சிருந்தா என்ன' என்று நேற்றே மாலா அண்ணி சொல்லி ஆயாசப்பட்டாள்.

எழுந்து விளக்கைப் போட்டாள் வசந்தி. பளீரென்று பரவிய வெளிச்சத்தில் கண்கள் கூசின. வீடு முழுவதும் சொந்தங்கள் ஆங்காங்கே உறங்கிக்கொண்டிருந்தனர். முதல் கொட்டுக்கு ஐந்து மணிக்கு வந்துடுவாங்கன்னு நேற்று சொல்லியிருந்தார்கள். கல்லுக்கூடையை எட்டு, எட்டரை மணிக்குத் தூக்கிட்டுப் போவாங்க. அதுக்கு அப்பறம் வீட்டைக் கழுவிவிட்டு, குளிச்சா போதும், காலைல குளிக்கிற வேலகூட இல்ல. அதனால சித்தி வீட்டுல 3.30க்கு எந்திரிச்சா பரவால்ல. அவங்க பொங்க கிண்ட முக்காமணி நேரம் ஆவலாம், நீ மெதுவா எந்திரின்னு சொல்லியிருந்தாள் அரியலூர் சித்தி. பாக்யம்மாளுக்கு விளக்குப் போட்டதும் விழிப்பு வந்துவிட்டது.

"என்ன வசந்தி எத்தன மணி?"

"நாலு பத்து ஆகப்போகுது சித்தி!"

"இன்னும் கொஞ்ச நேரம்கூடத் தூங்கலாம் அஞ்சு மணிக்கு மின்ன எங்க மாரி வரப்போறான்.."

பாக்யம்மாள் திரும்பிப் படுத்துக்கொண்டாள். வெளியில் வாசல் தெளித்துக் கோலம் போட்டு இன்றோடு பன்னிரெண்டு நாள் ஆயிற்று. அம்மாவுக்கு உடல்நிலை மோசமான நாளிலிருந்தே திருவலம் வந்து, அங்கிருந்துதான் வேலைக்குப் போய்க்கொண்டிருந்தாள் வசந்தி. ஜோதி பிறந்தநாளுக்குக்கூட நல்லாதானே இருந்தாங்க. பொங்கலுக்கு வீடு கழுவ முடியல, முதுகு குனியக்கூட முடியலன்னு சொல்லவும் ஹாஸ்பிடல் கூட்டிட்டுப் போனோம். இரண்டு மாசத்துக்குள்ள எல்லாம் முடிஞ்சி போச்சு. பெரிசா படுத்திருக்கல, பட்டுன்னு போயிட்டாங்க. புத்து நோய்தான். ரொம்ப முத்தின பருவம். சரிசெய்ய முடியாது. அகற்ற முடியாத அளவு வளர்ந்துடுச்சி. ஆறுவாரம், வாரம் ஒருமுற ரெடியேசன் வைச்சிட்டு, அப்பறம் ஆறு மாதத்துக்கு ஒருக்கா ரெடியேசன் வைச்சிகிட்டு, கவனமா

நீல மிடறு

இருந்தா ஆறு ஏழு வருஷத்துக்குக்கூட கவல இல்லைன்னுதானே சொன்னாங்க. ஆனா இப்படியாகும்ன்னு யார் நினைச்சா. இந்த இரண்டு மாசமா லைப்ரரி பக்கம்கூட போகல. கடமன்னு, கொடுக்கிற சம்பளத்துக்கு வேலைக்குப் போகத்தான் முடிஞ்சது. அம்மா முடியாம கிடந்தப்ப, பிள்ளயப் பார்த்து, வேலைக்குப் போய் அதுக்கு மேல எங்க புத்தகம் படிக்கிறது. நாலு முறை ரெடியேசன் வைச்சதும் அம்மா கொஞ்சம் தேறிட்டதுபோல இருந்தது. இடுப்பு வலி எல்லாம்கூட குறைஞ்சிடுச்சின்னு சொன்னாங்க. கொஞ்சம் நிம்மதியா இருந்தது.' கொஞ்சம் கொஞ்சமாகப் பழைய மனநிலைக்கு வந்திருந்தாள் வசந்தி.

'எந்த நேரத்தில் அந்தப் புத்தகத்தை எடுத்தேனோ? அம்மா சாகும் முதல் நாள்தான் அந்தப் புத்தகத்தை எடுத்தேன்' என்று நினைத்தாள். புத்தகத்தின் அட்டையே அவ்வளவு ஈர்ப்பாக இருந்தது. உடனேயாகப் படிக்க வேண்டும்போல உணர்வைத் தூண்டும் வண்ணமிருந்தது. பெரிய முக்காலி செய்ய நிறுத்தப் பட்ட மூங்கில்கள், அதன் முன்பகுதியில் சிலுவையில் அறையப் பட்டது போன்ற ஒரு பெண் உருவம், அது என்னவோ செய்தது. அது ஒரு சிறுகதைத் தொகுப்பு. அயல் மொழியிலிருந்து தமிழுக்கு வந்திருக்கும் புத்தகம். அம்மாவுக்கும் எப்போதுமே வசந்தி வாசிப்பது பிடிக்காது. அதனாலேயோ என்னவோ தான் இருக்கும் வரைதான் வசந்தி இப்படியெல்லாம் இருக்க முடியும் என்று அடிக்கடி சபிப்பாள். அதுவே இப்போது உண்மையாகிவிட்டது. 'ஒருவேளை அந்தப் புத்தகத்தை வாசிக்காமல் இருந்திருந்தால் அம்மா இன்னும் உயிரோடு இருந்திருப்பாளோ?' என்று நினைத்தாள் வசந்தி.

நீண்ட கதைகளின் தொகுப்பான அந்தப் புத்தகத்தின் முதல் கதையை வாசிக்க ஆரம்பித்தபோதே தெரிந்துவிட்டது. அந்தக் கதைகளில் வரும் பெண்ணின் பாடுகளுக்கு கொஞ்சமும் குறைவில்லாதது அம்மாவின், அம்மம்மாவின் வேதனைகள். புத்தகத்தைப் பாதி படித்துக்கொண்டிருக்கும்போதே என்னவோ போலிருக்கு என்ற அம்மா அதற்குமேல் பேசவில்லை. ஹாஸ்பிடல் போகும் முன்னரே நினைவு தப்பிவிட்டது. அதன்பிறகு அந்தப் புத்தகத்தைப் பார்க்கும்போதெல்லாம் வெறுப்பாக இருந்தது வசந்திக்கு. 'ஜோதி பாப்பாவை எப்படி இனி பார்த்துக்கொள்வேன்?' வசந்திக்கு கண்களில் கண்ணீர் வழிந்தது.

அம்மா இல்லாமல் போனதுமுதல் மூன்று நான்கு நாட்கள் வீடு முழுவதும் சொந்தங்கள் நிறைத்திருந்த அழுகையில் கொஞ்சம் கரைந்துபோயிருந்தது. ஏதோ இப்போதுதான் வேறு வீட்டு விஷேசத்துக்குப் போயிருக்கிறாள். வந்துவிடுவாள் என்பது

போலவே இருந்தது. ஆனால் நான்கு நாட்களுக்குப் பிறகு எல்லாம் வைத்தது வைத்த இடத்தில் இருந்தது. ஜோதிமயிகூட அதிகம் அடம்செய்யவில்லை. ஒரு வயது முடிந்து இரண்டே மாதம் ஆகியிருக்கும் அவளுக்குக்கூடத் தெரிந்திருக்கிறது கண்டதைக் கண்ட இடத்தில் போட்டால் புலம்பிக்கொண்டே எடுத்து அடுக்கப் பாட்டியைக் காணோமென்று. பாட்டி பாட்டியென்று அரற்றிக்கொண்டு மடியிலேயே கிடக்கிறாள். பிள்ளைக்குப் பின்னால் எவ்வளவு ஓடியிருப்பாள் அம்மா. எத்தனை கவளம் சோறு ஊட்டியிருப்பாள். ஜோதிக்குச் சோறு ஊட்டப் பொறுமையே இல்லாமல் திட்டிக்கொண்டே திணிக்கிறாள் என்றும் வசந்தியைத் திட்டியிருக்கிறாள் அம்மா.

உள்ளறையில் காற்றாடி சுழன்றுகொண்டிருந்தது. காற்று புத்தகத்தின் மேலட்டையை மெல்ல அசைத்தது. பக்கங்கள் புரண்டு அன்று படித்த கதையின் நினைவு வந்தது வசந்திக்கு. அதில் வரும் முஸ்லிம் பெண்ணுக்குப் பெரியம்மா மகனுடன் திருமணம் நடக்கிறது. அதன் பின்னர் அந்தப் பெண் தன் அண்ணனுடன் எப்படி உறவுகொள்ள முடியாமல் தவிக்கிறாள் என்பதை வாசிக்கும் தருணத்தில் அந்த மணப்பெண்ணின் முக்காடிட்ட முகம் ஏனோ அம்மாவின் முகம்போலவே தோன்றியது. அம்மம்மாவின் தம்பியையே அம்மாவுக்கு மணம் முடித்து வைத்திருந்தனர். ஒன்றாய் அமர்ந்து சாப்பிடுவது, கேலி பேசி விளையாடுவது என்று எந்த சின்னச் சின்னச் சந்தோஷங்களையும் தனது பெற்றோர்களிடையே வசந்தி பார்த்தில்லை. சின்னக் குழந்தையாக இருந்தது முதல் பார்த்து வளர்ந்த பெண் என்பதால் அப்பாவுக்கு அம்மா மேல் அவ்வளவு நாட்டமில்லையோ? சின்ன வயது முதலே மாமா என்று பயம் கொண்டதால் அம்மாவுக்கு அப்பாவிடம் நெருங்க முடிய வில்லையோ என்றெல்லாம் பலமுறை யோசித்திருக்கிறாள். தன் மாமாவுடன் முதல்முறை உறவுகொள்ளவே பெரிய சாகசங் களைச் செய்ய வேண்டியிருந்தது என்று அம்மா சொன்னதாக, அம்மா இறந்து அவள் சடலம் கிடந்த அன்று சின்னப் பாட்டி ஒப்பாரியில் புலம்பினாள். செத்த வீட்டில் சுவாரஸ்யமாக இருக்கட்டுமென்று சொன்னாளா அல்லது நிஜமாய்ச் சொன்னாளா தெரியாது. அப்போது அப்பாவின் முகம் செத்துப் போனது. இப்போது கட்டுக் கட்டி கல்லு படைக்க மேசையை வைக்க வேண்டும் என்று நினைத்திருக்கும் இடத்தில் தான் அம்மா எப்போதும் படுத்திருப்பாள். வசந்தி இரவு நெடுநேரம் விழித்துப் பரீட்சைக்குப் படித்துக்கொண்டிருப்பாள். அப்பா பெரும்பாலும் வீட்டைப் பூட்டி அம்மா படுத்த பின்னரே சத்தம் போடாமல் வந்து தன்னிடமிருக்கும் சாவியைக் கொண்டு கதவைத் திறந்து படுக்கையறைக்குப் போவார். அவர்

நீல மிடறு

படுக்கையறைக்கு உள்ளே நுழையும்வரை கண்களை மூடியே படுத்திருக்கும் அம்மா, நொடி நேரம் போர்வையை விலக்கிக் கொக்குபோல் தலை தூக்கிப் பார்த்துவிட்டு பழையபடி போர்த்திக்கொண்டு உடலை இடுக்கிக்கொண்டு குறுக்கிப் படுத்துக்கொள்வாள்.

தொலைபேசி ஒலித்தது. "சந்தில் இருட்டா இருக்கு. டார்ச் லைட் எடுத்துக்கிட்டு வா பொங்கல் எடுத்துட்டுப் போவ" என்று சித்தி அழைத்திருந்தாள். அவங்க வீட்டில இல்லையா விளக்கு. இந்த வீட்டுலதான எழவு, அதனால அவங்க மகளே செய்யட்டுமென்ற நினைப்பு. விளக்கை எடுத்துக்கொண்டு சந்து வழியே கல் படிகளில் ஏறிக் கொஞ்சம் தடுமாறியபடி சித்தி வீட்டை அடைந்தாள் வசந்தி. பெரிய வாசல். சொத்துப் பிரிக்கும் முன்னர் வாசலுக்கு தெற்கே, வடக்கே இரண்டு பக்கமும் வீடு. எல்லாம் ஒரே வீடுதான். வாசலில் கிழக்குப் பக்கம் கிணறு. கிணற்றை ஒட்டி ஆள் உயரச் சுவரால் மறைக்கப்பட்ட இடம். அது மேல்கூரையில்லாத திறந்தவெளி. முன்பொரு காலத்தில் வீடு பிரிக்கப்படும் முன்னர் எல்லோருக்குமான குளியலறை இந்த இடம்தான். இப்போதும் ஏதேனும் பெரிய காரியங்களுக்கு இரண்டு வீட்டில் யார் போய் வந்தாலும் அங்கேதான் குளியல். அதன் பின்னர்தான் வீட்டுக்குள் நுழைவார்கள்.

கிணற்றுக்கும் குளிக்கும் இடத்துக்கும் அருகே அமைந்திருந்தது பெரிய துவைக்கும் கல். நின்றபடியே கும்மி எடுக்க வசதியாக மூன்றடி உயரத்திலிருந்தது அது. சின்ன வயதில் அந்தக் கல்லில் அமர்த்தித்தான் தண்ணீர் ஊற்றுவாள் அம்மா. குளிக்கும், துவைக்கும் தண்ணீரில் வளர என்று சில மல்லிகைப் புதர்களும், ஒரு கறிவேப்பிலை மரமும், சில வாழைக் கன்றுகளும் இருந்தன. அதெல்லாமே அம்மா வைத்ததுதானே என்று நினைத்தாள் வசந்தி. ஆனால் எல்லாமே கௌசிச் சித்தி பராமரிப்பில் இருக்கின்றன. வாசலில் வசந்தி வீட்டுப் பின்கட்டுச் சுவரோடு ஒட்டியபடி பந்தல் இறக்கி இருந்தார்கள். கிணறுக்கு எதிர்ப்புறம் வாசலுக்கு மேற்கே வீடு பிரித்தபோது பொதுவில் கட்டிக்கொடுத்த குளியலறையும் கழிப்பறையுமிருந்தது. ரமணிக்காகச் சித்தி சண்டை போட்டு அவற்றைக் கட்டச் செய்தாள். இவர்களுக்குக் கிடைத்த பகுதி பெரிய வீடு. அதைத்தான் இப்போது மூன்று பகுதியாக்கி வாடகைக்கு விட்டிருக்கிறார்கள். தாத்தாவுக்கு இருந்த கடனை எல்லாம் அடைக்கும் பொறுப்பை அப்பா ஏற்றுக்கொண்டதால் பெரிய வீட்டுப் பகுதியில் அப்பாவுக்கும், சிறியதாகப் பொருள் சேமிக்கும் இடமாகவும் தீட்டு, பெரிய காரியங்களுக்குத் தற்காலிகமாகச் சமைக்கவும் இருந்த சமையல்கட்டும் இருந்த இரண்டு மூன்று

அறைகளைச் சித்தப்பாவுக்கும் பிரித்தார்கள். வாசலாவது எங்களுக்கே வேண்டும் என்று பிடிவாதம் பிடித்து கௌசிச் சித்தி அந்த இடத்தை வைத்துக்கொண்டாள். அதற்காகப் பெரிய வீட்டின் பின்பகுதியிலிருந்த பட்டியை விட்டுக்கொடுத்தார்கள். அந்தப் பட்டியில், இப்போது வசந்தியின் அம்மா, அப்பா இருக்கும் கச்சிதமாகவும் நவீனமாகவும் கட்டப்பட்ட புது வீடு இருந்தது. புதுவீட்டில் ஒரு தாழ்வாரமும் அதைத் தாண்டி உள்ளறை. அதன் இரண்டு பக்கங்களிலும் ஒன்று சமையலறை மற்றது படுக்கையறை என்றிருக்கும் வீடு.

புதுவீடு கட்டிப் பால் காய்ச்சக் கூப்பிட்டபோது கௌசிச் சித்தி 'லோன் தள்ளுபடியான ஒன்றரை ஏக்கர் எங்களுக்கு விடறேன்னு சொல்லியிருந்தீங்க' என்று எங்கிருந்தோ பேச்சை எடுத்து, பெரிய சண்டையை இழுத்துவிட்டார். ஏன் அந்தச் சண்டையென்று யாருக்குமே விளங்கவில்லை. பால் காய்ச்ச எல்லோரும் போனபின்னர் வந்தவள் உம்மென்று எதுவும் சொல்லாமல் கொஞ்ச நேரம் இருந்துவிட்டுச் சாப்பிடாமல்கூடப் போய்விட்டாள். 'அவ்வளவு ஆங்காரமா சண்டை போட்டும் கௌசிக்கு மனசாரல. புது வீடு விளங்கக் கூடாதுன்னெ கௌசி சாப்பிடாமப் போறா பாருங்கன்னு' அம்மா சொன்னதும் நினைவுக்கு வந்தது வசந்திக்கு.

"என்ன சிலயாட்டம் யோசிச்சுக்கிட்டே நிக்கிற, பொங்கல் வைச்சாச்சு, பானையோடு எடுத்துட்டுப் போ. நான் ரமணி பிள்ளைங்களுக்கு ஏதாவது ஏற்பாடு பண்ணிட்டு வரேன். கொட்டுக்கொட்ட ஆளுங்க வந்தாச்சா?"

"ம் வந்தாச்சு சித்தி."

"அப்படியே பெரியண்ணிக்கு ஒரு போன் போடு. அவங்க வந்துதானே எல்லா அலங்காரமும் பண்ணனும். படையல் எல்லாம் வண்ணானே பண்ணிடுவான். கல்லுக்கூடை ரெடி பண்ணி வைச்சிருக்கீங்கல்ல?"

"புதுசாவே வாங்கிட்டோம் சித்தி"

"அய்யோ புதுசா கொடுக்கக் கூடாது. அத இங்க கொண்டு வந்து வைச்சிரு. நான் எங்க வீட்டுல இருக்குற கூடைக்கி சட்டுன்னு சாணி மொழுகி எடுத்துட்டு வரேன்."

"சரி" என்று சொல்லிவிட்டுப் பொங்கல் பானையைத் தூக்கினாள். "லைட்டையும் பிடிச்சிட்டு, பொங்க பானையையும் தூக்கிட்டுப் போக முடியாது. ரமணிய வரச் சொல்லுங்க சித்தி," என்று சொல்லிக் கொஞ்ச நேரம் காத்திருந்தாள். ரமணி வரவில்லை. பிள்ள வேற முழுச்சிக்கிட்டா என்று நினைத்துக்

கக்கத்தில் விளக்கை இடுக்கிக்கொண்டு பொங்கல் பானையைச் சுடாமலிருக்கத் துணியால் தாங்கிப் பிடித்தபடி, தடுமாறியபடி சந்தில் நடந்தாள் வசந்தி. இந்த ரமணி வந்தா என்ன என்று யோசிக்கும்போதே, ரமணியின் குரல் பெரிதாகக் கேட்டது, "ஏன் அவளால தூக்கிட்டுப் போக முடியாதாமா. என்ன நம்மல கண்டா இளக்காரமா? எனக்கும் இவளுக்கு இருக்கற எல்லாம் இருக்கு. கூடவே ஒரு ஆம்பிளப் பிள்ளயும்."

"..."

"விழுந்தா விழட்டுமே. இப்போ எப்படித் தூக்கிட்டுப் போறா? என்ன இழிச்சவாயின்னு நினைச்சாங்கலா."

"..."

"அதெல்லாம் எந்த மசிரும் வேண்டாம். இவங்க போடற மோதிரத்த நம்பித்தானா நான் பிள்ள பெத்தேன்."

"எங்க போயிட்ட வசந்தி, ஜோதி உன்ன காணோம்ன்னு அழுவுறா. மாரி வேற வந்துட்டான் பாரு."

"பொங்கப் பானை எடுத்தாற போயிருந்தேன்" என்று சொல்லும்போதே பறை அதிரத் தொடங்கியது. அதிகாலை நேரத்தில் எந்த ஒரு ஒலியுமற்ற அந்த வேளையில் ஓங்கி ஒலித்த பறையின் அதிர்வலைகள் கடும் சோகத்தைக் கொண்டுவந்தன. தன்னையறியாமல் கண்கள் கலங்கப் பொங்கல் பானையை இறக்கி வைத்தாள் வசந்தி. கொட்டு ஒலிக்கு முழித்துக்கொண்டு, அதிர அடிக்கும் ஓசைக்குப் பயந்து வீரிட்டாள் ஜோதிமயி.

"மாரி வந்தாச்சு, அதான் கொட்டுக் கொட்டறாங்க. டேபிள இன்னும் எடுத்துப்போடலையே என்ன பண்ணறாளுங்க, மாரி எப்படி கட்டுக் கட்டுவாரு. யாருக்குமே இந்த வீட்டுல பொறுப்பில்ல," அரியலூர் சித்தி புலம்ப ஆரம்பித்தாள்.

"எம்மா நேத்தே சொல்லியிருந்தேனே மேசை எங்க, இப்படி வடமேற்கு மூலைல கொண்டாந்து வையுங்க. இந்தப் போட்டோவ எடுத்துக் கழுவிப் பொட்டு வைச்சிக்கொண்டாங்க. அதுக்கு ஒரு மாலையப் போடுங்க. மணப் பலக நாமம் போட்டு வையுங்க. வெள்ள நாமம் போட்டா போதும். இன்னிக்கி குங்குமம் நடுவுல தீட்டக் கூடாது. குத்துவிளக்கு எடுத்தாங்க. விளக்கு எல்லாம் திரி போடுங்க. எண்ணைய ஊத்துங்க. சூட தாம்பாளத்துல வெளக்கேத்தனும் அதுக்கும் திரி போடுங்க. மண் அகல் எங்க?"

சடசடவெனக் கட்டளைகளை அடுக்கினார் மாரி. அப்பா எழுந்து உள்ளறையில் வைக்கப்பட்டிருந்த மேசையை

இழுத்துக்கொண்டு வந்தார். அதிலிருந்த பொருட்களை எல்லாம் நேற்றே எடுத்து வேறு இடத்தில் வைத்திருந்தார். அதில் பெரிய பொக்கிஷங்கள் எதுவுமில்லை. இழுப்பறையில் சில காகிதங்களும், அடிக்கடி கையாளும் மின்சாரக் கட்டண அட்டை, குடும்ப அட்டை போன்றவையும் இருக்கும். சில நோட்டீஸ் காகிதங்களும் இருந்தன. அம்மா, அப்பா இல்லாத சமயத்தில் யார் எதைக் கொடுத்தாலும் அந்த மேசை இழுப்பறையில்தான் போட்டுவைப்பாள். அப்பா ஒருநாள் அதைப் பார்த்துத் தேவையில்லாதவற்றைத் தூக்கிப் போடுவார். இன்றைக்கு, அவற்றில் எது தேவையானது, எது தேவையற்றது என்று பார்க்க நேரமில்லாமல் எல்லாக் காகிதங்களையும் மின்சாரக் கட்டண அட்டை, குடும்ப அட்டை எல்லாவற்றையும் அப்படியே பீரோவுக்குள் வைத்துவிட்டார்.

மேசையின் நான்கு கால்களிலும் வாதநாரக் கிளைகளில் இருந்து ஒடித்துக்கொண்டு வந்திருந்த கம்புகளைக் கணக்காக வெட்டிக் கட்டினார் மாரி. நான்கு கொம்பையும் பக்கவாட்டில் இணைத்து மேலும் நான்கு கொம்புகளைக் கொண்டு கட்டினார். அது பழங்காலக் கட்டிலில் கொசுவலை போட வைக்கப் பட்டிருந்த மரச்சட்டங்களின் வடிவத்தைக் கொண்டது. மேற்புற மிருந்த கம்புகளில் குறுக்கும் நெடுக்குமாக இன்னும் நான்கு கொம்புகளைக் கட்டினார். இப்போது அந்த மேசை ஒரு மேல்கூரையற்ற வீடு போலத் தோன்றியது. கொஞ்சம் வளைவுகள் இருந்தாலும் எல்லாக் கொம்புகளும் ஓரளவு நேராக இருந்தன.

"முன்பெல்லாம் சுத்தமா வழுவழுப்பான கொம்புகளையே கொண்டு வருவாங்க" என்று மாலா அண்ணி கிசுகிசுத்தாள்.

"சீக்கிரம் அலங்காரம் பண்ணுங்க கல்லு பொங்க படைக்க நேரமாச்சு" என்றார் மாரி.

பெரியத்தையை மாரி வந்ததுமே தொலைபேசியில் அழைத்திருந்தாள் வசந்தி. அழைப்பிசை போய்க்கொண்டே இருந்தது. ஆனால் பெரியத்தை வீட்டில் யாரும் எடுக்கவில்லை. என்ன செய்வது என்று வசந்திக்குப் பதற்றமாக இருந்தது. சித்தியும் அவர்கள் வீட்டிலிருந்து வர நேரமாகும். பெரியத்தையும் வரவில்லை என்றால் என்னென்ன செய்ய வேண்டுமென்று எதுவுமே தெரியாதே என்று நினைத்துக்கொண்டே கதம்பப் பூவை எடுத்து வெளியே வைத்தாள்.

"கொட்டு கேட்டுத்தான் முழிச்சேன். கொஞ்சம் முன்னாடி போன் பண்ணி இருக்கலாமே" என்றபடி வந்தாள் பெரியத்தை.

"ரொம்ப சீக்கிரம் முழிச்சிட்டேன். அப்பவே போன் பண்ணி அவ்வளவு சீக்கிரம் எழுப்பவேண்டாம்ன்னு தான் கூப்பிடல.

நீல மிடறு

அப்பறம் என்னவோ யோசனை. நேரம் போனதே தெரியல, சித்தி கூப்பிட்டாங்க, பொங்க எடுக்கப் போயிருந்தேன்.”

கதம்பப் பூவை எடுத்துப் பக்கவாட்டுக் கால்களில் ஜடையில் சுற்றுவதுபோல் சுற்றினாள் பெரியத்தை. சரசரவென்று இரண்டே நிமிடத்தில் சுற்றிமுடிந்து கூரை வேய்வதுபோல போடப்பட்டிருந்த கம்புகளில், சாமிப் படத்தில் வளைவுகளாகத் தொங்கவிடுவது போல வளைவு வளைவுகளாகத் தொங்க விட்டாள். அதைப் பார்த்த வசந்திக்கு அம்மா இறக்கும் முன்பு படித்த கதையில் அண்ணனைத் திருமணம்செய்த பெண் முதலிரவு அறை அலங்காரத்தைப் பாடையின் அலங்காரத்தோடு ஒப்பிட்டது நினைவுக்கு வந்தது. அம்மாவும் தனது முதலிரவு அலங்காரத்தை அதே அளவுக்கான ஆசூசையுடன்தான் எதிர்கொண்டிருக்க வேண்டுமென்று நினைத்தாள். அம்மாவின் புகைப்படத்தைப் பார்த்த ஜோதி “பாட்டி... பாட்டி மடில தாச்சி” என்றது. வசந்திக்கு அழுகை வந்தது. பால்குடி மறந்ததி லிருந்து ஜோதி அம்மாவின் மடியில்தான் அதிகம் ஒன்னுக்கு இருந்திருப்பாள்.

“கதம்பம் பத்தாது போலிருக்கே இன்னும் நிறைய வாங்கி வைக்கறதில்ல? இதுக்குக்கூடவா கணக்கா வாங்கி வைப்பீங்க. மேசை உள்வீட்டுலதானே இருந்தது... அங்கேயே வைச்சிருக்கலாமே. கவிதா எப்போதும் உள்வீட்டுலதானே படுக்கும்.”

“இல்லக்கா கல்லு படைப்புக்கு மேசைய உள் வீடுல வைச்சி நான் பார்த்தது இல்ல” என்றாள் மாலா அண்ணி.

“வண்ணா, பரியாரிய உள் ரூமுக்கு விடமுடியுமா? என்ன கூறுகெட்டத்தனமா பேசாறாங்க பெரியக்கா” என்று பிறர் காதில் விழாத மாதிரி வசந்தியிடம் முணுமுணுத்தாள் மாலா.

“குத்து விளக்குக்கு ஐஞ்சி முகத்துக்கும் திரி போட்டு எடுத்தா.”

ஒவ்வொரு ஆண்டும் தைப்பொங்கலுக்கு முன்னர் இந்தக் குத்துவிளக்கையும், பழைய வெண்கலச் சாமான்களையும் எடுத்துத் தேய்த்து மீண்டும் அடுக்கிவைப்பாள் அம்மா. வசந்தி ஒரு நாளும் இந்த விளக்கைத் தொடவேண்டிய அவசியமே வந்ததில்லை. ‘ஒருமுறையானும் வீட்டுப்பொண்ணா பரம்பர விளக்க தேய்ச்சிருக்கியா’ திருமணம் ஆகும்வரை ஒவ்வொரு பொங்கலின் போதும் இந்த ஏச்சைக் கேட்டிருக்கிறாள்.

‘குத்து விளக்கைத் துடைத்து, திரி போட்டு எடுத்து வரும் முன்னரே படையலுக்குத் தேவையான எல்லாம்

வைச்சிட்டாங்க. இளநி பொத்து வைச்சி இருக்கு, சொம்புல தேங்காய் வைச்சி தேங்கா தெரியாம பூ சுத்தி கல்லுக் கும்பம் வைச்சிட்டாங்க, மைசூர்பாகு, மிச்சர், மாதுளை, கொய்யா, ஆப்பிள் வைச்ச தட்டு. தென்னங்குருத்து இரண்டு பக்கமும், போட்டோவுக்கு மல்லிகை மாலை, பக்கத்துல மணப்பலகை, அதில் வெள்ளை நாமம் மட்டும் போட்டு அதுக்கும் மல்லிகை மாலை போட்டு இருக்காங்க. அம்மா உனக்குத்தான் எல்லாமே. உன்னை உட்கார வைச்சி ஒருநாளும் நான் சோறு என் வீட்டிலகூட போட்டதில்லை. உனக்கு வாசனை வருதா, இனிமே உனக்குக் கால், கை கிடையாது மூக்கு காது எதுவுமில்ல. உணர்ச்சிகள் எதுவுமில்லை, முன்னாடி பெரிய அகல்விளக்கு அதில் மொத்தமான பெரிய திரி ஏத்தி வைச்சிருக்காங்க. எல்லா விளக்கையும்விட பிரகாசமா அதுதான் எரியுது. இன்னொரு பக்கம் தீபாராதனை காட்டற தட்டுல எண்ணெய் ஊத்தி திரி போட்டு ஏத்தி வைச்சிருக்காங்க. இரண்டு பக்கமும் குத்துவிளக்கு எரியுது. இந்தக் குத்துவிளக்கு அம்மா கல்யாணத்துக்கு எரிஞ்சது. அப்புறம் அம்மாவோடு அம்மம்மா, அதான் என் அய்யம்மா செத்தப்ப எரிஞ்சது, பின்ன அவங்க கரும காரியத்துக்கும், தேவை சடங்குக்கும், வருஷத் தெவசத்துக்கும், அதுக்கு அப்புறம் என் கல்யாணத்துல, அப்புறம் இன்னிக்கி, அம்மாவோட கல்லு காரியத்துக்கு எரியுது. இந்தக் குத்துவிளக்கு மாதிரித் தானே அம்மாவும் எரிஞ்சிரிப்பாங்களோ?'

"வசந்தி காப்பி கொண்டா, அம்மாவுக்கு காப்பின்னா உசுரு."

உள்ளே போய் எல்லோருக்கும் கொடுக்க கடையிலிருந்து வந்திருந்த காப்பியை ப்ளாஸ்கிலிருந்து ஒரு டம்ளரில் ஊற்றி எடுத்துக்கொண்டு வந்து மேசை மீது வைத்தாள் வசந்தி. ஆவி பறக்க அப்படியே நெருப்புக்கோழி போலக் குடிப்பாள் அம்மா. இந்த காப்பி கொஞ்சம் ஆறிப் போயிருந்தாலும் சூடு இருந்தது. வைத்ததும் அதன் மேல் மெல்ல ஏடு கட்டியது. 'அம்மாவும் இப்படித்தான் சூடு தாளாமல் தன்னைச் சுற்றி ஏடுகட்டிக் கொண்டாளோ?' வசந்திக்குத் தொடர்ந்து அம்மாவின் நினைவுகளாக எழுந்தன. தனக்குப் பிறகு அம்மா ஏன் பிள்ளை பெற்றுக்கொள்ளவில்லை. இத்தனைக்கும் அம்மாவுக்கு ஆண்பிள்ளை என்றால் கொள்ளப் பிரியம். ரமணி பையனை ஜோதி பிறக்கும்வரையில் வளர்த்தது அவள்தான். இடுப்பை விட்டு இறக்கவே மாட்டாள். ஜோதி பிறந்ததும் "ப்ச் எனக்கு ஒன்னே ஒன்னு பொண்ணா போச்சு, உனக்கும் ஜாதகப்படி ஒன்னுதான் அதுவும் பொண்ணா பிறந்திருக்கே" என்று வருத்தப்பட்டாள். அம்மா ஜாதகப்படி ஆறு பிள்ளைகளாம். ஒருநாள் சின்னப்பாட்டி சொன்னது நினைவிருக்கிறது வசந்திக்கு.

நீல மிடறு

ஜாதகமாவது மண்ணாவது நான்தான் ஏழு பிள்ளைக்குச் சமமாக ஒத்தையாக நிற்கிறேன். தம்பி, தங்கை என்றிருந்தால் எவ்வளவு உதவியாக இருக்கும். ரமணிபோல வெறுப்பைக் கக்காமல் பாதுகாப்பாய் இருந்திருப்பார்கள்' என்று நினைத்தாள் வசந்தி.

"சரி அலங்காரம் எல்லாம் டாப்பா இருக்கு. அம்சமா அமைஞ்சிட்டது. குருத்தெல ஒன்னு கொண்டாங்க, பொங்க எங்க எடுத்தாங்க, படையலப் போட்டு நான் உத்தரவு வாங்கிக்கிறேன்!"

"இந்தக்காவுக்கு கூரே இல்ல. கல்லுப் படையல் அலங்காரத்தை அம்சமா இருக்குன்னு சொல்லுது." மீண்டும் வசந்தியிடம் முணுமுணுத்தான் மாலா.

தலைவாழையிலைக் குருத்தொன்றைச் சமையல் வீட்டிலிருந்து எடுத்துக்கொடுத்தாள் வசந்தி. அதைத் தென்வடமாகப் போட்டு அதில் பெரியபானையிலிருந்த வெள்ளைப் பொங்கலை மொத்தமாக எடுத்துவைத்தார். மேலே குழிசெய்து நெய் ஊற்றினார். அதன் மேல் முழு அச்சு வெல்லத்தை வைத்தார். நீர் விளாவி விட்டு, வசந்தி அப்பாவிடம் சூடம் காட்டச் சொன்னார். வெளியே கொட்டுக்காரர்க்கு யார் சொன்னார்களோ வேகம் கொண்டு அடித்தார்கள். அம்மாவின் புகைப்படத்துக்கும், பொங்கல் வைத்திருந்த இலைக்கும், தீபாராதனை காட்ட வசந்திக்கு அடக்கமுடியாத அழுகை வந்தது. பொங்கலைக் கிள்ளி அம்மா படத்தருகே அப்பாவைக் கொண்டுபோகச் சொன்னபோது, அம்மா ஜோதிக்கு சாப்பாடு ஊட்ட இடுப்பில் வைத்து நிலா காட்டி ஊட்டுவதுபோலவே இருந்தது. 'என்றாவது அம்மாவுக்கு அப்பா எதுவும் ஊட்டிவிட்டு விளையாடியிருப்பாரா? அவர் எனக்கே எதுவும் ஊட்டிவிட்டதில்லையே. ஒருவேளை அம்மா சின்னக்குழந்தையாக இருக்கும்போது மடியில் தூக்கிவைத்து சாப்பாடு ஊட்டியிருப்பாரா?'

"கல்லுக்குப் படைக்கிறப்ப அழக்கூடாதும்மா!"

ஒவ்வொரு சொந்தங்களாக வந்து சேர்ந்தார்கள். வரும் எல்லோரும் வசந்தியைக் கொஞ்சநேரம் கட்டிக்கொண்டு அழுதார்கள். அவளும் கொஞ்சநேரம் அழுதாள்.

"உன்னோட பொண்ணுக்காகவாவது உன் அம்மா இன்னும் கொஞ்சநாள் இருந்திருக்கலாம்"

"பொறந்த வீட்டு மகராசி, தாய் மாமனுக்கு மகராணி, ஒத்த ரோசா பெத்த ராசாமணி, பொண்ணுக்குப் பொண்ணு எடுத்த காந்தாமணி, இப்படி எங்கல ஏங்கவுட்டு போயிட்டேயேம்மா ...

அய்யய்யா பொன்னுமணி, தங்கமயிலி" பிறர்க்கு எடுத்துக் கொடுத்து இட்டுக்கட்டிப் பாடிக்கொண்டிருந்தாள் வசந்தியின் சின்னப் பாட்டி. "பெரிசுக்கே ஓல வர இன்னும் நாளிருக்க, இப்படி சின்ன ராஜாத்தி சீக்கிரமே போனதெங்க ... அய்யய்யா. அய்யோ ஆறலையே எங்கக்கா போனதே இன்னும் தாங்கல அக்கா மகளே என் தம்பி பொண்டாட்டி நீ இப்படிப் போயிட்டியே எத்தன தவமிருந்து இனி உன்னப் பாக்கப் போறேன். அய்யய்யோ!" சின்னப் பாட்டியின் ஒப்பாரி வீட்டு வாசல்வரை கேட்டது.

'ஆமா எல்லாம் இருந்தீங்க, தாய்வீட்டுத் தல மக, அங்கயும் அன்னாடம் பணி, நிக்க நேரமில்லாத நிமிர விடாத வேல, என்ன ஏதுன்னு அதுகிட்ட கேட்டீங்களா, பிடிச்சதா இல்லையான்னு பார்த்தீங்கலா, ஜாதகப் பொருத்தம் எதையும் யோசிச்சிங்களா, கட்டின ஆளுக்குப் பொண்டாட்டி ஆயுசு அம்சம் எவ்வளவுன்னு பார்த்தீங்களா, நீங்களும் சேர்ந்துதானே கட்டிவைச்சிச்சீங்க. மாமனக் கண்டா அம்மாவுக்குப் பயம்ன்னு உங்க யாருக்குமே தெரியல. கல்யாணம் பண்ணிட்டு எப்படிஇருப்பான்னு யாராவது யோசிச்சிங்களா? கட்டிக்குடுத்த பொண்ணு கண்ணுல ஒளியிருக்கான்னு என்னை எங்கம்மா துருவித் துருவிப் பாத்துச்சே. நீங்க யாரேனும் பார்த்தீங்களா? இங்க வந்து உழைப்பா உழைச்சி, சீவகுச்சி, கொட்டாங்குச்சி கணக்கா சேவை பண்ணியே தேய்ஞ்சி போச்சே. இப்போ வந்து பவுசா ஒப்பாரி வைச்சா போதுமா. எங்க அம்மம்மா இருந்தா இப்படி விட்டிருக்குமா?' வசந்தி உள்ளுக்குள் குமுறினாள்.

வந்த சொந்தமெல்லாம் வாசலுக்கும் உள்ளுக்குமாக அமர்ந்திருந்தார்கள். ஆண்கள் வெளிப்பந்தலிலும் தாழ்வாரம் போலிருந்த பகுதியிலும் இருந்தார்கள். கல்லுப் பொங்கல் படைத்த இடத்திலும் பெண்கள் கூடியிருந்தனர். எல்லோரும் குழுக்குழுவாக அமர்ந்து தங்களது சொந்தக்கதைகளைப் பேசிச் சிரித்துக்கொண்டிருந்தார்கள். உள்ளறையில் சில சொந்தங்கள் தேவை சடங்கு முடிந்ததும் வசந்திக்கும், அவள் அப்பாவுக்கும் தருவதற்கு எடுத்து வந்திருந்த துணிமணிகளை பிறருக்குக் காட்டிக்கொண்டிருந்தார்கள். 'நான் இந்தக் கடையில் எடுத்தேன், நீ எந்தக் கடையில் எடுத்தாய்' என்று பெருமை பேசிக்கொண்டிருந்தார்கள். வசந்திக்கு எப்போது கல்லை எடுத்துக்கொண்டு போவார்கள், வீடு வாசலைக் கழுவிவிட்டு குளித்து விட்டு வந்து, தேவை சடங்கு முடித்து புண்ணியாதானம் பண்ணி எல்லாம் சீக்கிரம் முடிஞ்சா தேவலை என்று இருந்தது. பாப்பாவுக்குச் சோறு வேற ஊட்டனும். அதுவே பெரிய வேலை என்று நினைத்த அதே கணத்தில் இரண்டாம் கொட்டுக் கொட்ட ஜோதிமயி மீண்டும் உரக்க அழத்தொடங்கினாள். அவளைப்

பக்கத்தில் இழுத்து அணைத்துக்கொண்டாள் வசந்தி. மாரி உள்ளே வர, "கல்லுக் கூடை எங்க" என்று யாரோ கேட்டது காதில் விழுந்தது. அதுக்குள்ளயா எட்டு மணியாச்சு என்றிருந்தது வசந்திக்கு. உடனே பின் வீட்டுக்கு ஓடினாள் வசந்தி. சித்தி இன்னும் என்னவோ வேலை பார்த்துக்கொண்டிருந்தாள்.

"சித்தி கல்லு கூடை கேட்கறாங்க. நான் வீட்டில இருக்கறத குடுத்திடவா?"

"அங்க சாணி மொழுவி வெயில்ல வைச்சிருக்கேன் பாரு. எடுத்துட்டுப் போ"

"நீங்களும் வாங்க கல்லு படைக்கப் போறாங்க"

கூடையைக் கொண்டுபோய்க் கொடுத்தாள் வசந்தி. அது அடியில் கொஞ்சம் பிய்ந்துபோயிருந்ததை மாரி திருப்பிப் பார்த்தான்.

"புதுக்கூட வாங்கலயா?"

"..."

"ஓட்ட வழி வச்ச சோறு செதறிச்சின்னா, பரலோகம் போகவேண்டிய புண்ணியவதி, பாதி வழியில திண்டாடுவா"

"சின்னதா கண்ணுக்குகூடத் தெரியாமதானே ஓட்ட இருக்கு. இன்னும் இரண்டு இலை எடுத்து அடியில போட்ருங்க மாரி," என்றாள் பாக்யம்மாள் சித்தி.

"சரி ஏதேனும் பழைய துணி குடுங்க."

பழைய புடவை ஒன்றை எடுத்துவந்து வண்ணானிடம் கொடுத்தாள் வசந்தி. அதைக் கூடையின் ஓட்டை தெரியாமல் பரத்தினார் மாரி. அதன்மேல் ஒரு வாழையிலைப் பரப்பி வைத்தார்.

"அந்தச் சீல கவிதாவுக்கு ரொம்பப் பிடிக்குமே அதயா குடுக்கற" என்றாள் கௌசி சித்தி.

"பரவால்ல சித்தி"

காலையில் படையலில் இருந்த பொங்கலை இலையோடு எடுத்து அந்தக் கூடையில் அலுங்காமல் போட்டார். அதன் மேல் இன்னொரு இலையைப் போட்டு மூடினார்.

"தேவைச் சோறு படைக்கலாமா? இன்னும் இரண்டு இலை எடுத்தாங்க. வசந்தியம்மா இந்த இடத்தக் கொஞ்சம் தண்ணி வைச்சி துடைங்கம்மா."

வசந்தி சமையல் அறையிலிருந்து ஒரு துணியை எடுத்துக் கொண்டு வந்து அந்த இடத்தைத் துடைத்தாள். இரண்டு தலைவாழை இலைகளை வடமேற்காகப் போட்டார். தேவைச் சடங்குக்கு வந்திருந்தவர்கள் எல்லாரும் சாப்பிட ஹோட்டலிருந்து சாப்பாடு வந்திருந்தது. சாப்பாடு வந்து இறங்கியதுமே வசந்தி, அவள் அப்பா, பங்காளிகள் எல்லாம் விரதம்விட ஏதுவாக யாருக்கும் பரிமாறும் முன்னர் கொஞ்சம் சாப்பாடு, சாம்பார், பொரியல்கள், ரசம், பாயாசம் எல்லாம் எடுத்துக்கொண்டு வந்து பக்கத்து வீட்டில் வைத்திருந்தார்கள். அதிலிருந்து சாப்பாடு, காய்கறிகளை எடுத்து அந்த இரண்டு இலைகளிலும் பரிமாறச் சொன்னார். எல்லாவிதக் காய்கறிகளும் வாழைத்தண்டுத் துவையலும் பறிமாறப்பட்டது. அப்பளம் எடுத்துவைக்கச் சொன்னார். சாப்பாட்டில் பெரிய குழி அமைத்து சாம்பாரை அதில் ஊற்றச்சொன்னார்.

"பொங்கத் தின்ன பொம்மாயி, காலசோறு தின்னாத்தா. மக்க மாரி விட்டுப்போறோம் கலங்காம தின்னாத்தா. வயிறு நிறையத் தின்னுட்டு வந்தவழி போ பூவாத்தா. மக்க மக வாழ மனசார வாழ்த்தாத்தா" என்று சொல்லத்தொடங்கியபோது யாரோ சிணுங்கும் சத்தம் தொடங்க, "யாரும் அழுவக்கூடாது சூடம் காட்டியதும் கிழக்க திரும்பிக்கங்க. தேவை சோத்த எடுத்துப் போட்டதும் நான் நிமிசநேரம் நிக்கக்கூடாது" அப்பாவை சாம்பிராணி காட்டி, நீர் விளாவச் சொன்னார்.

வாயைத் துண்டால் கட்டிக்கொண்டு, சூடம் காட்டி எல்லோரையும் விழுந்து கும்பிடச் சொன்னார் மாரி. அந்த இரண்டு இலைகளில் ஒன்றை எடுத்து வாயில் கட்டியிருந்த துண்டைக் கழற்றி விரித்துப் பரப்பி அதன்மேல் வைத்துக் கட்டினார். அவருடன் வந்திருந்த பரியாரி அதேபோல் இன்னொரு இலையைத் துண்டில் கட்டினார். பூ அலங்காரத்தை அலங்கோலமாகக் கலைத்தார் பரியாரி. அப்படியே கொத்தாக எடுத்து அதையெல்லாம் கூடையின் மேலிருந்த இலை மேல் வைத்தார் மாரி. அரிசி பரப்பி அதன் மேல் வைக்கப்பட்டிருந்த அகல்விளக்கையும், விளக்குப் போல் எரிந்துகொண்டிருந்த தீபாராதனைத் தட்டையும் எடுத்து அதிலிருந்த திரிகளை அகல்விளக்கிலேயே போட்டார். அரிசியை எடுத்துத் தனி மூட்டையாகக் கட்டிக்கொண்டார். ஐந்து முகம் கொண்டு எரியும் குத்துவிளக்குத் திரிகளையும் அகல் விளக்கிலேயே சேர்த்தார். பந்துபோல் சுருட்டி வைக்கப்பட்டிருந்த பூ மேலே அகலை எடுத்துவைக்க ஏதுவாகச் சில பூவரச இலைகளை வைத்தார். குத்துவிளக்குகளை ஒருசேர வேறுஇடத்துக்கு நகர்த்தினார்.

நீல மிடறு

‘இனி இந்தக் குத்துவிளக்கு எரியப்போவதில்ல.’ வசந்தியின் மனம் குலுங்கியது.

பூவரச இலையின் மேல் அகல்விளக்கை வைத்தார். கல்லுக் கும்பத்தை அலுங்காமல் அப்படியே எடுத்தார். அதையும் கூடை மேல் வைத்தார். வெளியே மூன்றாம் கொட்டு தொடங்கியது. பறையோசையின் வேகம் வெறிகொண்டு ஒலித்தது. துக்கமற்றவர்களுக்கு அந்த ஓசையைக் கேட்டுப் பெரும் துயரம் வரக்கூடும். விறுவிறுவென்று வாசலை அடைந்த மாரி, வசந்தியின் கணவர் தலையில் கல்லுக்கூடையை ஏற்றிவைத்தார்.

“ஏன் என் பேரன் தலையில் வைச்சா என்ன, அவனும் ஒரு பவுன் மோதிரத்தைத்தான் போட்டுப்பாக்கட்டுமே, அதையும் மருமவனுக்கே கொடுக்கனுமா. உங்களுக்கு கல்லுப் பொங்க வைக்கத், தேவை பாயசம் வைக்க எங்க வீட்டு அடுப்பு வேணும். அனுபவிக்க மட்டும் மருமவன், மக மட்டும் போதும்!”

“சரிப்பா அந்தக் கல்லுக் கும்பத்த ரமணி பையன் தலையில வைங்கப்பா!” கொட்டு சத்தத்தை மீறி யாரோ சொல்வது காதில் விழுந்தது.

“ரமணி பையனுக்கு ஏற்கனவே மோதிரம் எடுத்துதான் வைச்சிருக்கோம்,” என்றாள் வசந்தி.

ஆண்கள் எல்லோரும் சொல்லிவைத்தாற்போல வாசலைக் காலி செய்திருந்தார்கள். வெளிவாசலில் மூன்றாம் கொட்டு விடாமல் ஒலித்துக்கொண்டிருந்தது. கல்லுக் கூடையும் கும்பமும் காடு நோக்கி கிளம்பத் தயாராக இருந்தது. பெண்கள் எல்லோரும் வாசலில் வட்டமாய் ஒருவர் கை ஒருவர் கோர்த்து ஒப்பாரி வைத்து அழத்தொடங்கினார்கள். அமைதியாகக் கையைக் கூட நீட்ட மறந்து அமர்ந்திருந்த வசந்தியிடம் கை பிடித்து இழுத்து உள்ளங்கையைத் தடவிச் சிலர் கைகொடுத்தார்கள். வேறு சிலர் வலுக்கட்டாயமாக வசந்தியை கட்டிக்கொண்டு அழுதனர். வசந்திக்கு ஏனோ அழுகை வரவில்லை.

‘மூணாம் கொட்டு முடியும்வரை இவங்க மாரடிச்சி அழுவுறாங்க. என்னவோ அவங்க அம்மா செத்த மாறி. சித்தி புத்தி ஏன் இப்படி? அந்தச் சின்னப் பையன் தலையில் தூக்க முடியாத கல்லுக் கும்பம். பாவம். ஆனா அவர் தலையின் மேல் இருக்கும் கல்லுக்கூடை மேல் எரியற மண் அகல் முன்னவிடப் பிரகாசமா எரியுது. இவ்வளவு நேரம் அது வீட்டுக்குள்ள சுடர்விட்டு எரிஞ்சது இனி ...’

மூன்றாம் கொட்டுப் பறையோசை வீட்டைவிட்டுக் கொஞ்சம் கொஞ்சமாய் விலகி தூரம் போய்க்கொண்டிருந்தது.

“யாரும் சாப்பிடாமாப் போயிடாதீங்க. சாப்பாடு பஜனமடத்துக் கொட்டாயில ஏற்பாடு பண்ணியிருக்கு,” பட்டம்மாள் சித்தி சத்தமாகச் சொன்னாள். பெண்கள் எல்லோரும் கலைந்து அவரவர் வீட்டுக்குப் போனார்கள். பட்டம்மாள் சித்தி, மாலா அண்ணி எல்லோரும் வீட்டைக் கழுவிவிட்டார்கள். எத்தனையோ முறை அம்மா கழுவி நிமிர்ந்த வீடுதானே? யார் தண்ணீர் ஊற்றித் தீட்டினாலும் அம்மா வீடு அம்மா சுத்தம் செய்ததைப் போலவா சுத்தமாகும்? தீட்டு நீக்க தேய்த்து வைக்கவென்று வெளியே கொண்டு வந்த குத்துவிளக்கின் வெறும் முனைகளைப் பார்த்துக்கொண்டிருந்தாள் வசந்தி. அது பகீர் என்று உள்ளே எதையோ தொட்டது. குத்துவிளக்கின் நுனியிலிருந்த தீபம் மண் அகலோடு செல்லும் தூரத்தை உணர்த்த, பறையோசை மெல்லிசாகக் கேட்டது. வசந்தி ஜோதிமயியைக் கட்டிக்கொண்டு வீரிட்டு அழத் தொடங்கினாள்.

வல்லினம்

10

சிவப்பு

காலைப் புலரொளியில் கரட்டுப் பெருமாள் கோவில் மெலிதாக ஒளிர்ந்துகொண்டிருந்தது நேற்றுப் பெய்த மழையின் எச்சம் கரட்டு மலை சூழ்ந்த பனிக்குடம் போலக் காட்சியளித்தது. வீட்டிலிருந்து கரடு அடிவாரம் வரை பசுமை பூரித்திருந்தது. பெருமாள்சாமி வீட்டுக் கொல்லை வாசல்படியிலிருந்து விரிந்திருந்த தோட்டத்தைப் பார்த்தார். ஆடிப்பட்டத்தில் விதைத்த நெற்பயிர் பள்ளியின் காலைநேரப் பிரார்த்தனைக் கூட்டத்தில் சீருடை அணிந்த சிறுமிகள் போல வரிசையாக நின்றுகொண்டிருந்தன. மெல்லிய காற்றுக்கு அவை சிணுங்கி விளையாடிக்கொண்டிருந்தன. அதைப் பார்த்த பெருமாள்சாமிக்கு கண்கள் கலங்கின.

"செந்தாமரைக் கண்ணா, காட்டு முனியாண்டி, காளியாத்தா மதவானியம்மா நல்ல வளி உடுங்க சாமி. பெருமழை பெய்ஞ்சி கம்மா நிறையனும்" என்று முணுமுணுத்தார்

'சிவகாமி இருந்தால் இப்போது அவள் மனம் குளிர்ந்திருக்கும். சரியாகத் தண்ணீர் இல்லாமல் ஐந்தாறு வருடமாய் நெல் போடாமல் இருந்தது அவளுக்குப் பெரிய குறை. சாகும்வரை அவளுக்குக் காடு தான் நினைப்பு. தண்ணியில்லாம நல்ல வெள்ளாம பண்ண முடியலன்னு வருத்தம். அன்னிக்கி கூட காட்டில் துவரை அறுவடை ஆனபோது கூலியாட்களுக்குக் காப்பி போட்டு எடுத்துக் கொண்டுவரேன் என்று போனாள். ஒரு கல் தடுக்கி விழுந்து படுத்த படுக்கையாகிவிடுவான்னு

யார் கண்டது. விழுந்தவ எந்திரிக்காமப் போயிடுவாவான்னு கெனாக் கூட காணல. அவ உடம்பு கொஞ்சம் தட்டியம் தான். கபடு சூது கிடையாது வஞ்சனையே இல்ல. நல்லா சாப்பிடுவா. நாலு ஆள் வேல பார்க்கிறவ விழுந்ததில் முதுகுத்தண்டில் அடி என்று படுத்த படுக்கையாகிக் கெடந்தது மனச விட்டுட்டா. எப்பவும் பம்பரமா சுத்திவரவ படுக்கையில் விழுந்ததும் யாருக்கும் கஷ்டம் வேண்டாமென்று இரண்டே மாசத்துல போய்ச் சேர்ந்துட்டா மகராசி. ஆனா செத்தபிறகு ஊர் ஜனமே சொல்லுச்சி மனுஷி அலங்கரிச்சி வைச்ச பொண்ணு கணக்கா இல்ல இருக்காங்கன்னு ஊரே கொண்டாடுச்சே ' என்று யோசித்திக்கொண்டிருந்த பெருமாள்சாமியின் நினைவு அவர் மகன் சுரேஷ் குரல் கேட்டு மீண்டது.

“ஏப்பா லைட்டு நைட் போட்டா ஆப் பண்ண மாட்டியா? டாய்லெட் சீட்டு முச்சூடும் மழைப்பூச்சி. தண்ணி போவல அடைச்சிக்கிச்சி”

“இருட்டல எதுவும் தட்டுகிட்டு விழுந்துட்டன்னு போட்டு வைச்சேன்.”

“இருபது வருஷமா வர போற வீடு தானே எப்படி தட்டுகிடும்?”

“நீங்க ஊருக்கு எப்பாவது தானே வரீங்க கண்ணு பழகியிருக்க வேணாமா?”

“இவ்வளவு ஈசல் பூச்சிங்க வந்துருச்சி, மழ பெருசா கூட பெய்யல”

“ம்ம் புரட்டாசி பெரு மள ஐப்பசி அட மள கார்த்திக கா மளனு சொல்லுவாங்க அதெல்லாம் அந்தக் காலம் இப்ப எங்க ஜொலுஜொலுன்னு இரண்டு வாட்டி தெளிச்சிட்டு நின்னுடுச்சி. அதான் பூச்சி அம்மிடுச்சி நல்லா பெய்ஞ்சா வராது”

பின் வாசலில் மழைஈரம் கோர்த்துக்கொண்டிருந்தது. காலை இளவெயிலில் ஈசல் சிறகுகள் மினுமினுத்தன. சுவரோரமிருந்த பூச்சிகளை எறும்புப்படை இழுத்துச் செல்ல பெரும் பிரயத்தனம் செய்துகொண்டிருந்தன. இந்த ஈசல் பூச்சியாட்டம் வாழ்க்கை, ஆனா அதுங்க பெறப்புக்கும் சாவுக்கும் நடுவுல பறக்கிறது தானே வாழ்க்கை. பறக்கமுடியற ஈசல செத்தப்பறம் எறும்பு கூட இழுத்துட்டுப் போயிடும் என்று நினைத்துக் கொண்டிருந்த பெருமாள்சாமியை வாசலில் “அய்யா” என்ற குரல் மீட்டு எடுத்தது.

“யாரு”

"நான்தானுங்க பொன்ராஜு. கல்லடிப்பட்டி போஸ்ட்மேன் மகன். அப்பா என் கல்யாண பத்திரிக்க குடுத்துட்டு வரச் சொன்னாங்க"

"அடடா நீயாப்பா வா. கீதா கொஞ்சம் அத வாங்கி சாமிகிட்ட வையிம்மா"

"மாமா பால் அடுப்பில இருக்கு, நீங்களே வாங்குங்க"

அடுப்படிப்பக்கம் வேகமாக வந்தவர் சன்னமான குரலில் "நான் என்னத்துக்கும்மா, சுபகாரியம், நான் பால் பார்த்துக்கிறேன். நீ போய் வாங்கிக்க"

"மாமா ..." என்று அடக்கமான குரலில் அதட்டி மிரட்டும் தொனியில் பார்த்தாள். போம்மா என்று கெஞ்சும் கண்களால் கேட்கும் அவரை ஒன்றும் சொல்லமுடியாமல், முன் வாசலில் நின்றிருந்தவரை உள்ளே வரச் சொல்லி அமரச் சொன்னாள்.

"பொண்ணு எந்த ஊரு?"

"உள்ளூர் தான்ங்க"

"கொஞ்சமிருங்க நான் காப்பி எடுத்துட்டு வரேன்"

"இல்லங்க நான் இன்னும் நிறைய வீட்டுக்குப் போவனும். நேரம் ஆவுது பரவாயில்லைங்க"

சாமியறையிலிருந்து தாம்பாளம் ஒன்றை எடுத்து வைத்தாள். அதில் பத்திரிக்கை வெற்றிலை பாக்கு மஞ்சள் குங்குமம் என்று மங்கலப் பொருட்களை எடுத்து ஒன்றாக வைத்துக் கொண்டிருந்தான் பொன்ராஜ். அதற்குள் சமையலறைக்குச் சென்றவள், அங்கே பெருமாள்சாமி காப்பி கலந்து கொண்டிருப்பதைப் பார்த்து "நான் கலந்து எடுத்துட்டு வரேன், நீங்க ஹால்க்கு போங்க" என்றாள். அவர் தயங்கிக்கொண்டே வரவேற்பறைக்குச் சென்றார்.

"அப்பா எப்படியிருக்காரு அவர் ஏன் வர்ல"

"கல்யாணம் நெருங்கிடுச்சி, அப்பாவும் வேற ஊர்க்கு பத்திரிக்க குடுக்கப் போயிருக்காரு, அவர் தான் இங்க வரனும்னு சொல்லிட்டே இருந்தாரு. அம்மா எப்ப போஸ்ட் எடுத்துட்டு வந்தாலும் காபி கொடுப்பாங்க. எது செய்திருந்தாலும் கொடுத்து சாப்பிடச் சொல்லுவாங்க. சாப்பிடாம விடவே மாட்டாங்கன்னு சொல்லுவார்."

"ம் பச்" என்றார் பெருமாள்சாமி.

காப்பியை எடுத்துக் கொண்டு வந்தாள் கீதா. "வேண்டாம்ன்னு சொன்னேங்களே" என்று சொல்லிக்

கொண்டே காப்பியை வாங்கிக்கொண்டான் பொன்ராஜ். கீதா தாம்பாளத்தை எடுத்துக்கொண்டு போய் உள்ளே வைத்தாள். பெருமாள்சாமியும் பொன்ராஜும் ஏதோ பேசிக்கொண்டிருக்கச் சமையல் அறையில் வேலையைத் தொடர்ந்தாள். பொன்ராஜ் கிளம்பியதும் மீண்டும் பின்வாசல் பக்கம் வந்தார் பெருமாள்சாமி. பெரிய குரங்கு தனியாக வாசலில் அமர்ந்து ஈசல் பூச்சிகளைத் தின்று கொண்டிருந்தது. அதன் குடும்பம் எங்கே? சிலசமயம் பெரிய குடும்பமாகக் குரங்குகள் வந்து அட்டகாசம் செய்யும். இன்று எப்படித் தனியாக வந்திருக்கிறது. ஒருவேளை இதற்கும் துணையில்லையோ தனியாளோ? 'தனியா இருந்தா என்ன பசி எடுக்கத் தானே செய்யுது என்று நினைத்தார் அவர். 'சிவகாமி போனபிறகு எப்படி இருப்போமோன்னு நினைச்சிப் பார்த்ததே இல்லை. அங்கங்க வீட்டு ஆம்பிளைங்க சாவும்போதும் சிவகாமி சொல்லுவா மகராசிங்க மனுஷன சோத்துக்குத் திண்டான விடாம நல்லபடி பார்த்து அனுப்பிட்டாங்கன்னு. நானும் அப்படித் தான் போவேன்னு நினைச்சேன். என்னை முந்திக்கிட்டு போயிட்டா. போய் ஒரு வருஷத்துக்கு மேல ஆச்சு. ஏதோ பசிக்கு அரைக்க கிடைச்சிடுது' என்று யோசித்துக்கொண்டிருந்தவரின் கவனத்தைக் கலைத்து சமையலறையுள்ளிருந்து வந்த வாசனை மூக்கைக் கவர்ந்திழுத்தது.

உள்ளே சமையலறையிலிருந்து விதவிதமான ஓசைகள் எழுந்தன. புரட்டாசி மூன்றாம் சனிக்கிழமை. விஷேசம் கீதா பரபரப்புடன் விரத சமையலில் ஈடுபட்டிருந்தாள். 'பாவம் அவர்கள் வீட்டில் இந்தநேரம் படுக்கையைவிட்டுக் கூட அவள் எழுதிருக்க மாட்டாள். விடுமுறை நாட்களென்றால் கேட்கவே வேண்டாம். பெருமாள்சாமியும் சிவகாமியும் மகன் வீட்டுக்குப் போகும் போதும் சிவகாமியே சமையலைப் பார்த்துக்கொள்வாள். அங்கேயே அப்படியென்றால் இந்த வீட்டுக்கு வரும்போது கேட்கவா வேண்டும். வேளாவேளைக்கு விதவிதமாய் மகன் மருமகளுக்குச் செய்து பரிமாறினால்தான் அவளுக்குத் திருப்தி. படுக்கையில் விழும்வரை யாரையும் சமையல் அறையில் விட்டதேயில்லை. கடைசிவரை அவளுக்கு மருமகள் சமையலைச் சாப்பிடும் கொடுப்பினையில்லாமே போய்விட்டது.' என்று நினைத்தார் பெருமாள்சாமி.

'சிவகாமி சாவுக்கு வந்திருந்த சமயம் ஓரிரண்டு மாதம் இருவரும் விடுப்பெடுத்து இருந்தார். சுரேஷ் கீதா திருமணத்துக்குப் பிறகு இரண்டு மாதம் தொடர்ந்து கிராமத்தில் இருந்தது அதுவே முதல் முறை. கிளம்பும்போது பொலபொலவென்று அழுது விட்டார் பெருமாள்சாமி. அதைப்பார்த்துக் கலங்கிப்போன சுரேஷ் அவரைத் தன்னோடு கிளம்பவேண்டுமென்று

வற்புறுத்தினான். மகன் வீட்டுக்கு செல்லும் சமயம் அங்கே சில நாட்களுக்கு மேல் தங்கியிருக்க முடியாமல் சிவகாமியும் அவரும் அவஸ்தையுறுவது சுரேஷைவிட கீதாவுக்குச் சரியாகப் புரியும். முன்னரே பலமுறை அதைப்பற்றிப் பேசியபோதெல்லாம் வருஷம் திரும்பட்டும் என்று சொல்லியிருந்தார். அதைச் சொல்லி அவனைச் சமாதானம் செய்து அழைத்துச் சென்றாள் கீதா. வருஷம் திரும்பும்வரை அவர் மனம்படி விட்டால்தான் அவர் கொஞ்சம் தேறுவார் என்று தோன்றியதால் மனமே இல்லாமல் கிளம்பினான் சுரேஷ்.

அதன்பின் தினம் இரண்டு முறையாவது மாமனாரோடு பேசும் கீதாவுக்கு அவர் எந்த நிமிடத்தில் என்ன நினைக்கிறார் என்பதைச் சொல்லாமலேயே புரிந்துவிடும். வீட்டு வேலைகளைப் பார்க்க அவளே உள்ளூர்ப் பெண் ஒருத்தியை ஏற்பாடு செய்து விட்டுப் போயிருந்தாள். அவர்களது தூரத்து உறவு ஒருத்தர் வீட்டிலிருந்து சாம்பார், ரசம் கொடுத்துவிடுவார்கள். சாப்பாடு மட்டும் வைத்துக்கொள்வார். காப்பி போட்டுக்கொள்வார். 'சிவகாமி இருந்தபோது ஊருக்கே சோறு போடுவாள். ஏதோ அவள் சேர்த்து வைத்த புண்ணியம் தனக்குத் தடையில்லாமல் சாப்பிடக் கிடைக்குது என்று நினைப்பார். சுரேஷ், கீதா மாதம் ஒருமுறையாவது வந்துவிடுவார்கள். வீட்டுக்குத் தேவையானது எல்லாம் வாங்கி நிறைத்துவிட்டுக் கிளம்புவார்கள். ஆங்காங்கே உறவுக்காரர்களை ஏற்பாடு செய்து மருந்து மாத்திரை எல்லாம் கூட வீட்டுக்கே வரும்படி ஏற்பாடு செய்துவிடுவான் சுரேஷ். எப்படியோ ஒருவருஷத்துக்குக் காலம் ஓடி தலைதிவசம் முடிந்தது.

திவசத்துக்கு வந்தகையோடு ஒருவருஷம் வரை போகாதிருந்த குலக்கோவிலுக்கும் அப்போது சென்றார்கள். அப்போது புதுமணத் தம்பதியோடு ஒரு குடும்பம் கோவிலிலிருந்து வெளியே வந்துகொண்டிருந்தனர். பெருமாள்சாமி மெல்ல சுரேஷ் பின்னால் நகர்ந்து தன்னை மறைத்துக்கொண்டதை கீதா பார்த்துப் பெருமூச்சுவிட்டாள். வழக்கம்போல கோவிலுக்குக் கொண்டுவரும் மாலையைத் தான் எடுத்துக்கொடுக்காமல் சுரேஷையும் கீதாவையும் கொடுக்கச்சொன்னார். விளக்கும் போட்டு அம்மனை வணங்கினார். தீபாராதனை வந்தபோது அவரிடம் முதலில் நீட்டியபோது கொஞ்சம் தயங்கிப் பின்னர் எடுத்துக்கொண்டார். வீட்டுக்கு வந்ததும் சுரேஷ் வருஷம் திரும்பிடுச்சி வழக்கம்போல இருக்கலாம் என்றான். கீதாவும் சாதாரணமா இருங்க வருத்தப்பட்டுக்கிட்டே இருக்காதீங்க என்று சொல்லிவிட்டுக் கிளம்பினார்கள்.

சிவகாமி இறந்ததிலிருந்தே மாதம் ஒருமுறையாவது வந்து செல்வான் சுரேஷ். ஆனால் கீதாவும் சேர்ந்து வந்து இரண்டு

வாரம்தான் ஆகியிருந்தாலும் ஏதோ பந்த் காரணமாக வந்த தொடர் விடுமுறைக்கு வீட்டுக்கு வர கூடவே விசேஷ நாளாக ஆகிவிட்டது. புரட்டாசி சனிக்கிழமையானதால் கரட்டுப் பெருமாள் கோவிலில் அன்று ஊருக்கே தளிகை போடுவதற்காக ஏற்பாடு செய்யப்பட்டிருந்தது. இருபது வருடத்துக்கு முன்னால் ஜே ஜே என்று திருவிழா போலிருக்கும். ஊரே பெரிய பண்ண வூட்டுல தளுவ போடாறாங்கலாம் என்று சொல்லிக் கிளம்புவார்கள். ஏழுமலையாக விரிந்திருக்கும் கரட்டு பாதையில் ஏறுவதே கொஞ்சம் சிரமம் தான். ஆளுக்குக் கையில் ஏதாவது எடுத்துக் கொண்டு மலையேறுவார்கள். காய்கறி பருப்பு தண்ணீர் என்று ஆளாளுக்கு எடுத்துக்கொண்டு தீப்பந்தம் எடுத்துக் கொண்டு விடியும் முன்னர் அங்கே போய் ஏழுமணிக்கெல் லாம் சாப்பிட்டு இறங்கிவிடுவார்கள். ஆனால் இப்போது அதெல்லாம் மாறிப் போனது. மாலையில்தான் தொடங்கு கிறார்கள் சாப்பிட்டு இறங்க இரவாகிவிடுகிறது. அதுவரை விரதம் முடிக்காமல் இருக்க முடியுமா?

"குளிச்சிட்டு வாங்க ரெண்டு பேரும். சமையல் ஆச்சு, பாயசம் அடுப்பில இருக்கு, வட மட்டும் தான் பாக்கி."

அதுக்குள்ள சமையல முடிச்சிட்டாளா மருமவ? மணி ஏழு அடிச்சி பத்து நிமிசம்தான் ஆயிருக்கும். சுறுசுறுப்பு தான். ஆனா சிவா இருந்தவரை யாரையும் அடுப்படிக்கு விட மாட்டா. காலையிலேயே ஐஞ்சி மணிக்கெல்லாம் சாப்பாடு தயார் ஆயிடும். பன்னென்டு மணி சாப்பாட்டுக்கு இப்பவே ஏன் செஞ்சிவைக்கிறான்னு இருக்கும். ஆறு மணிக்கெல்லாம் இட்லியப் போட்டுக் காட்டுக்கு விரட்டி விட்டுருவா. வீட்டுல கொஞ்சநஞ்சம் வேலய முடிச்சிட்டு அவளும் வந்திருவா. இரண்டு கூலியாள் வேலய பாத்திருவா மவராசி என்று யோசித்துக் கொண்டிருந்தார் பெருமாள்சாமி. வாசலெங்கும் ஈசல் பூச்சிகளை குரங்கு இன்னும் பொறுக்கி வாயில் போட்டுக் கொண்டிருந்தது. வீட்டுக் கொல்லையில் இருந்த குளியலறைக் கதவு படாரெனத் திறந்த வேகத்துக்கு அது விருட்டென ஓடி மரத்திலேறித் தாவியது. அங்கிருந்து அடுத்த வீட்டுத் தகர ஓட்டில் ஏறியபோது திடுதிடுவென ஒலியெழுப்பியது. தாவி அருகிருந்த வேப்பமரக் கிளையில் அமர்ந்துகொண்டது. தகரக் கூரைமேல் படர்ந்திருந்த வேப்பங்கொத்துகள் மெல்ல அசைந்தன. சுரேஷ் தலையை துவட்டிக்கொண்டு வெளியேவந்தான்.

"எப்பா வெந்நி சரியா கலந்து வைச்சிருக்கேன். போ குளிச்சிட்டு வந்திரு. நான் சாமி படத்துக்குப் பூவெல்லாம் போட்டு வைக்கிறேன்."

நீல மிடறு

குளித்துவிட்டு வந்தபோது திருப்பதி கண்ணாடி பிரேம் போட்ட பெருமாள் படங்களுக்கும், காலண்டர் அட்டையிலிருந்த முருகன், தனலஷ்மி, இன்னும் பிற சாமி படத்துக்கும் மஞ்சள் சாமந்தி சரத்திலிருந்து நான்கு நான்கு கண்ணிகளாக அறுத்து வைத்திருந்தான் சுரேஷ். அவன் நெற்றியில் நாமம் பளீரென்று தெரிந்தது. இடையில் சிவப்புக் கீற்று தீப்போல எரிந்தது. “எங்க தாத்தா எல்லாம் தெனம் நாமம் போடுவாரு” என்று எல்லாப் புரட்டாசி சனிக்கிழமையிலும் மகனுக்குச் சொல்லிக்கொண்டே நாமம் போடுவது நினைவுக்கு வந்தது கண்கள் கலங்கின. கீதா இளம்பச்சை நிறத்தில் இருக்கும் இலையை சாமி படத்துக்கு முன்னர் விரித்து அதில் காய்கறி, சாப்பாடு, குழம்பு, பாயசம் வடை எல்லாம் பரிமாறி வைத்திருந்தாள்.

“நீர் வெளவி சூடம் காட்டலாமே?” என்றார் பெருமாள்சாமி

“நீங்க நாமம் போட்டுக்கிட்டு வாங்க ஆரம்பிச்சிடலாம்” என்றாள் கீதா

“அவர் எப்படிப் போடுவாரு. தல தெவசம் முடிஞ்சி குலதெய்வக் கோவிலுக்கு போனப்ப, கோவில் பூசாரி சொன்னாருல்ல வெள்ளய மட்டும் எடுத்துக்கங்கன்னு. சிவப்பு எடுக்கக்கூடாதுன்னு சொன்னாருல, நீயும்தானே கூட இருந்த” என்றான் சுரேஷ்.

“அவர் சொன்னது இருக்கட்டும். காலகாலம் நாமம் போடறது. ஒன்னும் தப்பில்ல போட்டுக்கிட்டு வாங்க” என்றாள் கீதா

“வேணாம்மா” என்றார் பெருமாள்சாமி

“நான் சொல்றேன்ல போய் போட்டுகிட்டு வாங்க மாமா.”

பின் முற்றம், திண்டில் போய் அமர்ந்து முகம் பார்க்கும் சிறிய கண்ணாடியைப் பார்த்துக்கொண்டே வெள்ளை நாமக்கட்டியை எடுத்து நீரில் குலைத்து ஈர்குச்சியால் வெள்ளை நாமம் இட்டார். குரங்கு மறுபடி வந்து மழைப்பூச்சிகளை ஒன்றொன்றாக எடுத்து அவசர அவசரமாக வாயில் போட்டது. நீரில் குழைத்த குங்குமத்தை ஈர்க் குச்சியில் தொட்டு நெற்றியின் மையத்தில் வைக்கும்போது அவர் கை நடுங்கியது. “சிவகாமி” என்று குலுங்கி அழத்தொடங்கினார் பெருமாள்சாமி.

“இதுக்குத்தான் வேணாம்னு சொன்னேன்” என்று கோபமாய்க் குரல் எழுப்பியவனை மௌனமாய் உஷ் என்று வாயில் விரல்வைத்து அடக்கினாள்.

அழுது அடங்கி நாமம் இட்டுக்கொண்டு வந்தார். நடுவி லிருந்த சிவப்புக் கோடு லேசாக வளைந்து நெளிந்து இருந்தது. "இப்ப பார்க்க எவ்வளவு அழகா இருக்கு. பொறந்ததுல இருந்து பண்ற வழக்கத்த யாருக்காகவும் மாத்தக் கூடாது" என்றதும் வெட்கத்துடன் தனது பொக்கை வாய் திறந்து சிரித்தார் பெருமாள்சாமி.

"அத்த போயிட்டாங்கன்னு கவலப்பட்டுக்கிட்டே இருக்க வேண்டாம் மாமா."

"ஆமா தனியாத்தான் பொறந்தம். தனித்தனியாத்தான் வாயும் வயிறும் இருந்தது" என்றார் பெருமாள்சாமி.

"அதில்ல நீங்க பொறந்தப்ப எப்படியோ இப்பயும் அப்படித் தான். அத்த உங்க வாழ்க்கைக்கு கொடுத்துட்டுப் போன எதுவும் மாறல."

"ஆமா"

"ஆனா நீங்க மாறிட்டீங்க."

"..."

"சாதாரணமா இருங்க. இது செய்யக் கூடாது இல்லன்னு இருக்கக் கூடாது."

"சாதாரணமாத் தான் இருக்கேன். ஆனா அவ நினெப்பு எப்படி மறக்க முடியும்."

"யார் மறக்க சொன்னா?"

"ம்"

"அத்த நினைப்போட இருங்க. கூடவே நாமம் நடுங்காம போடுங்க."

கலகம்